AF554946

NHỮNG CÂU CHUYỆN GIÁO DỤC

Nông Duy Trường

HỌC VIỆN CÔNG DÂN

2023

Copyright © 2023 by ICEVN

All rights reserved.

Published in the United States by ICEVN

Houston, Texas

Printed in the United States of America

Cover designed by Bao-Tran Huynh

Kính dâng Mẹ và Hương linh Bố

Thương tặng Hiền nội

MỤC LỤC

Lời Giới Thiệu

"Những Câu Chuyện Giáo Dục" là một tác phẩm biên khảo rất hữu ích cho kiến thức những người hằng quan tâm đến giáo dục. Tác phẩm đề cập đến những điểm chính yếu của các triết lý, chủ nghĩa, phương pháp, cùng tư duy giáo dục từ cổ đến kim tại Âu châu, Hoa Kỳ và được trình bầy bằng một văn phong trong sáng, minh bạch với lập luận vững vàng, lý luận chặt chẽ và đầy nhiệt tình. Tác phẩm bao gồm 10 tiểu luận, cô đọng mối quan tâm của một nhà mô phạm luôn trăn trở với tương lai những thế hệ học sinh, sinh viên tại Hoa Kỳ cũng như tại Việt Nam. Một số đề nghị để giải quyết những bế tắc và những vấn nạn hiện nay trong ngành giáo dục cũng được tác giả trình bầy trong tác phẩm. Danh mục tài liệu tham khảo liệt kê bên dưới mỗi tiểu luận thể hiện rõ rệt sự nghiên cứu nghiêm túc của tác giả và giá trị của tác phẩm.

Trong tiểu luận thứ nhất với nhan đề "Dậy và Học Theo Benjamin Bloom: Trở Lại Căn Bản," tác giả tóm tắt triết lý giáo dục của Benjamin Bloom, một người Hoa Kỳ có ảnh hưởng đáng kể đến ngành giáo dục tại nhiều quốc gia trong hậu bán thế kỷ 20. Những phương thức giáo dục Bloom đề xuất đã được áp dụng tại nhiều nơi trên thế giới. Theo Bloom, ảnh hưởng của môi trường, đặc biệt là văn hóa gia đình có tác dụng lớn lao đến sự tiến bộ của học sinh, nhất là khả năng suy nghĩ. Bloom cũng cho rằng bên cạnh trách nhiệm truyền thụ kiến thức, các thày cô phải giúp học sinh phát triển trình độ nhận thức lên từng bậc cao hơn.

Tiểu luận thứ hai trong tác phẩm là "Chủ Nghĩa Thực Dụng Trong Giáo Dục - Phương Thức Tư Duy Toàn Diện John Dewey." Trong tiểu luận, tác giả đề cập đến chủ nghĩa thực dụng và phương thức tư duy toàn diện do John Dewey, một nhà giáo dục và triết gia nổi tiếng của Hoa Kỳ, đề xướng vào cuối thế kỷ 19 và đã được áp dụng để giảng dậy tại học đường xứ sở này. Tác giả tin rằng chính chủ nghĩa thực dụng và phương thức tư duy toàn diện đã giúp Hoa Kỳ tiến bộ nhanh chóng và trở thành cường quốc hàng đầu suốt hơn trăm năm qua.

"Số Không và Sự Đóng Cứng của Não Trạng," bài kế tiếp, là một khảo luận rất thú vị. Trong bài, tác giả trình bầy lịch sử hình thành số không (zero) và sự đóng cứng não trạng của các học giả Âu châu khiến xã hội Tây phương bị kềm chế sự tiến hóa trong suốt 2.000 năm. Từ 30.000 năm trước, con người đã biết đếm và phát minh những hệ thống số khác nhau. Tuy nhiên, các hệ thống số này có một điểm chung là vắng bóng con số Không. Đến thế kỷ thứ Năm sau Tây lịch, số Không mới được các nhà toán học và thiên văn học tại Ấn Độ sử dụng. Mãi đến thế kỷ 13, khi giao lưu văn hóa và thương mại giữa Đông và Tây phương được thiết lập, con số Không mới được du nhập vào Âu châu nhưng phải mất thêm ba thế kỷ nữa, hệ thống số bao gồm số Không như ta dùng ngày nay mới được chấp nhận và sử dụng. Từ đó, Âu châu bước vào thời kỳ Khai Sáng với những thành tựu vượt bực về toán học, khoa học, và cả triết học. Tác giả mượn lịch sử của con số Không để nhấn mạnh rằng sự đóng cứng của não trạng dẫn đến sự đóng băng tiến hóa như lời phát biểu của Frank Zappa, một nhạc sĩ Hoa Kỳ nổi tiếng: "Tâm trí con người giống như một cánh dù. Nó chỉ hoạt động khi được bung mở ra."

"Giáo Dục Tự Do (Liberal Education)" là tiểu luận bàn về vấn đề "học thuật nên vị học thuật hay vị nhân sinh?" Trong bài, tác giả giúp người đọc tìm hiểu giáo dục tự do là gì và quá trình phát triển của ngành học này, nhất là tính thực dụng của giáo dục tự do trong thời đại hôm nay (có thể nói giáo dục tự do bao gồm bốn loại: khoa học nhân văn, khoa học xã hội, khoa học tự nhiên và toán học). Bài viết đề cập đến giá trị thực sự của giáo dục tự do là đào tạo và phát triển con người một cách toàn diện với khả năng viết và nói, tư duy phê phán, kỹ năng giao tiếp và tiếp cận cũng như giải quyết vấn đề dưới nhiều góc cạnh khác nhau. Điều thú vị là tác giả đã trưng ra những con số về lương bổng tại Hoa Kỳ để chứng minh rằng, sau một thời gian phục vụ, những nhân viên tốt nghiệp ngành khoa học nhân văn giáo dục tự do có mức lương tương đương với các nhân viên ngành chuyên môn như kỹ sư. Đặc biệt, bài tiểu luận "Giáo Dục Tự Do" là một tài liệu hữu ích cho những gia đình gốc Việt tại Hoa Kỳ mà cha mẹ và con cái đang có sự tranh luận và mâu thuẫn với nhau giữa hai quan niệm "học thuật vị học thuật" và "học thuật vị nhân sinh" khi những người con chuẩn bị bước vào bậc đại học.

Bài tiểu luận kế tiếp trong tác phẩm nêu lên tầm quan trọng của "Tư Duy Phê Phán" trong môi trường học đường cũng như trong xã hội và phương cách để đào luyện kỹ năng phân tích, tổng hợp, và đánh giá, không những chỉ về tư duy người khác mà còn của chính mình. Trong bài, tác giả trình bầy cặn kẽ phương thức và các trình độ do Benjamin Bloom, nhà giáo dục hàng đầu tại Hoa Kỳ đã nhắc ở trên, đề ra để giúp học sinh, sinh viên phát triển những kỹ năng cần thiết của tư duy phê phán. Tác giả nhấn mạnh rằng tất cả những hoạt động để rèn luyện kỹ năng tư duy phê phán được đề cập trong bài tiểu luận đều có thể dùng hướng dẫn cho học sinh từ bậc tiểu học đến trung học, và cần khởi sự khi các em còn nhỏ.

Tiểu luận "Phương Pháp Sư Phạm Cho Người Lớn" là một tài liệu hữu ích cho những người đã trưởng thành đang hoặc có ý định tiếp tục sự học và cho cả những nhà giáo phụ trách việc giảng dậy, kể cả trong những lớp hàm thụ hay trực tuyến. Phương pháp sư phạm này áp dụng cả trong những chương trình đào tạo hoặc huấn luyện nhân viên tại các công hay tư sở. So với ngành sư phạm chính thống đã hiện hữu từ hơn 400 năm qua, phương pháp sư phạm dành cho người trưởng thành tuy mới chỉ khoảng 50 năm tuổi nhưng đã không ngừng phát triển và nay trở thành một ngành học "chính quy" của phân khoa sư phạm tại những viện đại học Hoa Kỳ.

"Vài Suy Nghĩ về Tuyên Ngôn Giáo Dục của Nhóm Paideia" là bài viết tóm tắt những đề xuất của nhóm Paideia nhằm cải cách giáo dục phổ thông tại Hoa Kỳ. Paideia là một tổ chức quy tụ những nhà giáo dục hàng đầu của xứ sở này với những viện trưởng, khoa trưởng của những đại học danh tiếng như Harvard, Columbia, Notre Dame, v.v. cùng các hiệu trưởng trung học và một số thành viên ban quản trị các tổ chức tư vấn nổi tiếng như Carnegie Foundation, Aspen Institute, v.v. Với danh nghĩa nhóm Paideia, tiến sĩ Mortimer Adler, một nhà giáo dục kiêm triết gia uy tín của Hoa Kỳ, trình bầy những đề nghị về nguyên tắc cơ bản, về mục đích và chương trình giáo dục phổ thông, về phương pháp giảng dậy, cùng phương cách để áp dụng vào thực tế. Có thể nói đề xuất của Nhóm Paideia là một cố gắng để đáp ứng hai chủ điểm của nhóm về giáo dục. Thứ nhất, xác định rõ mục đích của giáo dục phổ thông là đào tạo cho mọi người trở thành những công dân có trách nhiệm với xã hội, và độc lập về mặt kinh tế cũng như tư tưởng. Thứ hai, đề nghị một chương trình giáo dục tổng quát bao gồm những môn học cốt lõi trong ba lãnh vực: toán-khoa học, ngôn ngữ, và nhân văn-xã hội. Trong tiểu luận này, tác giả cũng đề cập đến sự bế tắc của những nỗ lực cải cách giáo dục tại Việt Nam trong những thập niên qua, và nhận định rằng nếu giới lãnh đạo sáng suốt và có quyết tâm, việc cải cách tại Việt Nam sẽ được thực hiện dễ dàng hơn là tại Hoa Kỳ. Như chúng ta biết, về giáo dục, Hoa Kỳ theo chế độ tản quyền trong khi ở Việt Nam là tập quyền. Mọi biện pháp cải cách giáo dục tại Hoa Kỳ cần đạt dược sự đồng thuận của các tiểu bang, Ngược lại, tại Việt Nam, giáo dục nằm trong thẩm quyền của Bộ Giáo Dục mà tất cả quyết định phải tuân theo chỉ thị của Bộ.

Chủ đề của tiểu luận kế trong tác phẩm là "Những Sự Ngây Thơ Trong Giáo Dục." Trong bài, tác giả nhận định rằng những ngây thơ này bắt nguồn từ những thành kiến và thực hành cùng những lầm lẫn có gốc rễ lâu đời và khó thể thay đổi trong một sớm một chiều. Đó là quan niệm về sự khác biệt giữa "giỏi" và "dở" của các cá nhân trong sự học, thói quen đánh giá thày cô qua con người của họ hơn là cách dậy, và dùng thi cử để định đoạt mức giỏi hay dở của học sinh. Và rồi, tác giả kết luận rằng: 1) Sự khác biệt trong việc học của học sinh là ở mức độ tiếp thu nhanh hay chậm chứ không phải giỏi hay dở, 2) Thày cô phải biết sử dụng phương pháp thích hợp để truyền đạt kiến thức cho học sinh, và 3) Mục đích chính của thi cử là để xét lại quá trình dậy và học, từ chương trình đến cách dậy và cách học, hầu có thể áp dụng biện pháp bổ túc hay sửa chữa những khiếm khuyết kịp thời.

Hai tiểu luận cuối của tác phẩm được dành để bàn về Đức Dục, môn học tác giả cho rằng rất quan trọng đối với ngành giáo dục nhưng, trong nhiều thập niên qua, đã bị bỏ quên tại một số quốc gia trong đó có Hoa Kỳ và Việt Nam.

Trong tiểu luận "Tại Sao Nước Mỹ Lại Không Dậy Đức Dục," tác giả cho biết Đức Dục là một phần cơ bản quan trọng trong chương trình giáo dục của Hoa Kỳ từ những ngày lập quốc. Tuy nhiên, dần dần, với sự thay đổi của xã hội và sự du nhập nhiều luồng tư tưởng và triết lý từ Âu châu, môn đức dục bị ảnh hưởng một cách tiêu cực và rồi bị gạt ra khỏi chương trình giáo dục. Tác giả đã trình bầy những diễn tiến, những nguyên nhân khiến môn đức dục không còn chỗ đứng trong học đường mà những thay đổi đáng kể nhất là trào lưu tách rời tôn giáo khỏi các trường công lập và tác động của những triết lý giáo dục du nhập vào Hoa Kỳ như chủ nghĩa Hiện Sinh cùng các triết phái như chủ nghĩa Thực Chứng, phái Hậu Hiện Đại. Thật vậy, kể từ giữa thế kỷ 20, người Hoa Kỳ quan niệm rằng vấn đề đức dục hay đạo đức, thuộc phạm vi gia đình và tôn giáo, cần được tách rời khỏi học đường nơi học sinh thuộc nhiều tôn giáo khác nhau và xuất thân từ nhiều nền văn hóa cũng khác nhau. Hậu quả của sự tách biệt môn đức dục khỏi học đường khiến cấu trúc gia đình Hoa Kỳ đang trên đà lung lay và xã hội bị ít nhiều bất ổn. Tình trạng báo động này khiến một số nhà giáo dục và các tổ chức thiện nguyện đã họp mặt tại thành phố Aspen thuộc tiểu bang Colorado vào năm 1992 để tìm biện pháp đối phó. Kết quả là sau đó, một phong trào Đức Dục, do những cá nhân và tổ chức thiện nguyện cổ xúy, đã thành hình và phát triển cho đến hôm nay.

"Đức Dục: Rèn Nhân Cách – Sáu Cột Trụ của Nhân Cách" là tiểu luận cuối trong "Những Câu Truyện Giáo Dục" được mở đầu với câu trích dẫn lời tổng thống Theodore Roosevelt: "Giáo dục kiến thức cho một người mà bỏ quên phần đạo đức là gây nguy hiểm cho xã hội." Trong tiểu luận này, tác giả trình bầy hệ thống giá trị đạo đức do tổ chức Character Counts đề nghị để áp dụng vào học đường Hoa Kỳ. Character Counts là một liên minh gồm 17 tổ chức giáo dục và phục vụ thanh niên nổi tiếng trên toàn quốc Hoa Kỳ được thành lập vào năm 1992 trong hội nghị giáo dục tại Aspen, Colorado đã nhắc đến ở trên. Hệ thống giá trị được Character Counts đề xuất, nhằm đáp ứng nhu cầu thiếu hụt về đức dục tại học đường của nước Mỹ, bao gồm sáu cột trụ đạo đức gồm "khả tín" (trusworthiness), "tôn trọng" (respect), "trách nhiệm" (responsibility), "công bằng" (fairness), "tử tế, quan tâm, giúp đỡ" (caring), và "đức tính công dân" (citizenship). Đây là những giá trị đạo đức cốt lõi vượt lên trên những khác biệt về văn hóa, tôn giáo và kinh tế xã hội của học sinh xuất thân từ nhiều chủng tộc và tôn giáo. Cho đến hôm nay, Character Counts trở thành tổ chức giáo dục phát triển nhanh nhất trên thế giới và quy tụ hàng trăm tổ chức thành viên, giúp đỡ được hàng triệu thanh thiếu niên mỗi năm. Các nghiên cứu trong ba thập niên qua cho thấy những học sinh thấm nhuần sáu trụ cột này trở nên chuyên cần hơn, đạt được kết quả học tập cao hơn, ít bị kỷ luật trong học đường hơn, giảm lạm dụng chất kích thích hơn; và nói chung, trở thành người tốt hơn. Tuy nhiên, với khuynh hướng bảo thủ, các trường học ở Hoa Kỳ còn lưỡng lự, chưa hoàn toàn đồng ý để giảng dậy sáu trụ cột này nói riêng và đưa đức dục thành môn học chính thức trong học đường nói chung.

Tôi hân hạnh quen biết tiến sĩ Nông Duy Trường từ 35 năm qua và có cơ hội sinh hoạt với anh qua rất nhiều công tác từ thiện trong các lãnh vực xã hội, giáo dục, văn hóa, và văn nghệ. Anh vốn là một giáo sư Toán lớp 12 tại Michael E. DeBakey High School for Health Professions tại thành phố Houston, tiểu bang Texas, một trong những trường trung học ưu tú nhất trên toàn quốc Hoa Kỳ. Năm 2005, anh xin nghỉ việc để thành lập một tổ chức phi lợi nhuận mang tên Institute for Civic Education in Vietnam mà tên tiếng Việt là Học Viện Công Dân (HVCD) với sứ mạng phát huy tinh thần trách nhiệm xã hội để góp phần làm thăng tiến các thế hệ tương lai qua những chương trình giáo dục trực tuyến, chủ yếu nhắm vào các thanh niên đang sống ở Việt Nam. Các hoạt động của HVCD được hướng dẫn bởi hai triết lý: Thứ nhất là Khai Dân Trí, nối tiếp bước đường cụ Phan Chu Trinh phải bỏ dở dang vào đầu thế kỷ trước, đặc biệt chú trọng vào việc phát huy ý thức trách nhiệm của công dân qua các lớp công dân học và cung cấp kiến thức cần thiết cho thanh niên qua các lớp về kỹ năng lãnh đạo cũng như quản trị doanh nghiệp. Thứ hai là góp phần xây dựng Xã Hội Dân Sự để thúc đẩy cho sự hình thành một xã hội và chế độ dân chủ tại Việt Nam.

Bên cạnh việc tổ chức các lớp học trực tuyến, HVCD còn tuyển dịch và xuất bản những tác phẩm kinh điển của triết học chính trị, khoa học chính trị, kinh tế, luật pháp của Tây phương sang Việt ngữ, cùng trước tác các tác phẩm liên quan đến lãnh vực giáo dục để góp phần xây dựng kho tàng tri thức cho VN. Cho đến nay, HVCD đã dịch và in thành sách 18 dịch phẩm và tác phẩm mà quyển "Những Câu Chuyện Giáo Dục" là quyển mới nhất.

Sức làm việc của tiến sĩ Nông Duy Trường thật phi thường. Trong suốt 18 năm qua, năm ngày mỗi tuần, anh lái xe đến văn phòng HVCD, vừa đi vừa về 70 cây số để soạn giáo án, giảng dậy, liên lạc với các học viên, trước tác, và dịch thuật. Từ 7 năm qua, tuy sức khỏe suy yếu vì bệnh tật nhưng lịch trình làm việc của anh không hề thay đổi. Có lần anh phải nằm bệnh viện suốt đôi ba tuần nhưng mỗi khi có thể gắng gượng được, anh lại mang laptop ra, vừa nằm trên giường bệnh vừa làm việc. Anh đã hoàn tất dịch thuật tác phẩm Luận Thuyết Thứ Hai Về Chính Quyền của John Locke trước khi rời bệnh viện; và sau đó, tác phẩm đã được HVCD xuất bản. Không những thế, anh vẫn tiếp tục đi đó đi đây để tham gia các hội nghị quốc tế về Xã Hội Dân Sự, để phổ biến lập trường, mục đích, và hoạt động của HVCD, cũng như giới thiệu tủ sách kinh điển của học viện đến đồng hương tại các thành phố có đông người Việt ở Hoa Kỳ, ở Gia Nã Đại, và ở Âu châu. Tôi vẫn nghĩ chính niềm tin, chính lý tưởng của anh đã tạo nên nghị lực và sức làm việc bền bỉ nơi anh.

Trong lãnh vực giáo dục, đối với tôi, anh Nông Duy Trường là con người điển hình cho một câu danh ngôn về tấm lòng người thày tận tụy: "Một người thày giỏi giống như ngọn nến, đốt cháy chính mình để soi sáng đường cho những người khác." Phải, anh đã đốt cháy chính anh, đốt cháy tiền tài, danh vọng mình có thể đạt được, đốt cháy sức khỏe mình đang sở hữu để cặm cụi, miệt mài lo cho tương lai những thế hệ trẻ Việt Nam ở hải ngoại cũng như ở trong nước. Tôi không biết rõ, anh phải đốt cháy bao nhiêu phần trăm công sức để hoàn tất tuyển tập "Những Câu Chuyện Giáo Dục" quý vị đang cầm trên tay. Tuy nhiên, tôi tin chắc một điều, đây là một tác phẩm thật giá trị đối với những nhà mô phạm, đối với những bậc phụ huynh đang có con em bên trong khung cửa học đường, và đối với tất cả những người đang trăn trở với tiền đồ dân tộc.

Nguyễn Ngọc Bảo

16 tháng 4 năm 2023

Dạy và Học theo Benjamin Bloom
Trở Lại Căn Bản

Bạn nào đã từng đọc qua *Lục Mạch Thần Kiếm* hẳn phải nhớ cuộc đại chiến giữa Kiều Phong, cựu bang chúa Cái Bang và quần hùng trung nguyên tại Tụ Hiền Trang. Trong trận đại chiến này, trước khi loạn đả với hàng trăm cao thủ, Kiều Phong đã giao đấu với Huyền Nạn, một cao tăng chùa Thiếu Lâm, người nổi danh trên giang hồ nhờ tuyệt kỷ "Tụ lý càn khôn," một trong 72 tuyệt kỹ của chùa Thiếu Lâm (hồi thứ 21). Khi giao đấu với cao tăng chùa Thiếu Lâm, Kiều Phong chỉ sử dụng Thái tổ trường quyền là một bộ quyền căn bản để đấu với những tuyệt kỹ khác của Thiếu Lâm và…chiến thắng. Kiều Phong thắng được các tuyệt kỹ, chẳng qua chỉ vì các tuyệt kỹ đều được xây dựng trên những gì căn bản. Với một căn bản vững chắc và một nội lực hùng hậu, Kiều Phong vẫn có thể dùng quyền pháp nhập môn (căn bản) đánh bại hai nhà sư một cách dễ dàng. Trong việc học, ta cũng vẫn thường nghe thầy cô than thở là dạy học trò vất vả quá vì chúng bị mất căn bản. Trong bài này, chúng ta sẽ tìm hiểu đâu là căn bản trong việc dạy và học, và các "tầng lớp" trong giáo dục do Benjamin Bloom đề xướng.

Benjamin Bloom ra đời năm 1913 tại Pennsylvania và được coi như một trong những nhà giáo dục hàng đầu của Mỹ, có lẽ chỉ sau John Dewey. Tốt nghiệp Tiến sĩ về Giáo dục năm 1942 tại Đại học Chicago, Bloom đã dành hết cuộc đời cho nền giáo dục và có ảnh hưởng sâu đậm không những trên nền giáo dục của Mỹ mà còn trên cả thế giới. Ngay cả trước khi tốt nghiệp tiến sĩ, Bloom đã làm việc cho Ủy ban Khảo thí của Đại học Chicago và sau khi tốt nghiệp tiến sĩ ông giữ chức vụ trưởng ban này cho đến năm 1953. Ông mất năm 1999, thọ 86 tuổi.

Triết lý giáo dục của Benjamin Bloom

1. Thi cử & học để thấu triệt (learning for mastery)

Gắn liền với sự học là thi cử. Kể từ khi có trường học là có thi cử, và mục đích của thi cử là đo lường mức độ tiếp thu của học sinh về một môn học nào đó. Học sinh nào làm bài giỏi, chỉ phạm một ít lỗi, sẽ được cho điểm A; phạm nhiều lỗi hơn một tí sẽ dược điểm B; phần lớn học sinh được điểm C; kém hơn điểm trung bình là điểm D, và dưới mức đó là điểm F (bị rớt).[1] Theo xác suất và thống kê học, điểm số được *Phân bố Bình thường* (Normal Distribution) theo đồ thị hình quả chuông (bell curve). Theo đó, chỉ có khoảng 1% học sinh là có điểm A, khoảng 5%

[1] Đây là cách cho điểm theo kiểu Mỹ. Theo thang điểm 100, 90-100 = A, 80-89 = B, 70-79 = C, 60-69 = D, dưới 60 = F. Các cụ nhà Nho đi thi ngày xưa cũng được điểm đánh giá theo ưu, bình, thứ, và liệt (rớt).

có điểm B, và 68% có điểm C.[2] Căn cứ trên sự phân bố điểm này ta có thể xét xem một bài thi có *bình thường* hay không, một bài thi có điểm số phân bố không theo tỷ lệ này được xem là *bất bình thường*, hoặc là quá dễ hoặc quá khó, hay là có gian lận trong thi cử. Kết quả của thi cử căn cứ trên điểm, loại trừ trường hợp gian lận, được xem là khoa học và khách quan, và hầu như mọi hệ thống giáo dục đều dùng thi cử làm chuẩn mực đánh giá sự học của học sinh.

Tuy nhiên, sự "phân bố bình thường,"

[2] vô hình trung đã tạo cho nhà giáo một định kiến là thế nào trong một lớp hay một khóa học cũng có khoảng 1/3 học sinh sẽ bị trượt, và khiến cho các thầy, khi dạy, chỉ nhắm vào 2/3 còn lại trong lớp. Tai hại hơn nữa là định kiến này tạo nên một ấn tượng nơi học sinh là khả năng của họ chỉ là C hay D, hay tệ hơn nữa là "chẳng làm nên trò gì cả!" Cách dạy như vậy – nhắm vào đa số học sinh trong lớp – đã bỏ qua một yếu tố vô cùng quan trọng là học sinh không giống nhau về khả năng học. Nhưng thế nào là khả năng học? Carroll, một giáo sư đồng thời với Bloom, quan niệm rằng "khả năng học là *khoảng thời gian cần thiết* cho một học sinh để đạt tới trình độ thấu

---

[2] Quy luật 68-95-99.7 của Normal Distribution.

[2] Tuy gọi là "phân bố bình thường" nhưng trong giáo dục thì lại không bình thường vì đã bỏ qua nhiều yếu tố, như mức độ tiếp thu khác nhau, cách học khác nhau (có học sinh chỉ cần nghe, có học sinh lại cần phải cả nghe lẫn thấy, v.v.).

triệt một bài học."[1] Như thế sẽ có học sinh học nhanh hơn, nhưng nếu có đủ thì giờ, thì học sinh học chậm hơn cũng sẽ đạt được mức độ thấu hiểu như học sinh học nhanh. Quả thật như vậy, trong gần 20 năm dạy học người viết đã nhận thức được chân lý này một cách trực tiếp từ nơi học sinh, và cũng *ngộ* ra rằng sự chuyên cần có thể bù đắp cho sự sáng dạ.

Trở lại với lý thuyết của Benjamin Bloom. Điều quan trọng của giáo dục, theo ông, không phải là để so sánh học sinh với nhau mà là giúp cho học sinh đạt được mục đích của chương trình mà họ đang học: tỷ dụ, mục đích của bài học là lấy đạo hàm của hàm số lượng giác, thì sau khi học xong, tất cả mọi học sinh đều có thể làm được điều này tới 80% (có điểm từ B trở lên). Đó cũng là định nghĩa của học để thấu triệt.[2] Muốn đạt được điều này, Bloom đề nghị chương trình giáo dục cần được soạn thảo thật cẩn thận, cộng với cách thức giảng dạy thích hợp để giúp cho ***mọi*** học sinh đạt được mục đích mà chương trình học đề ra.[3] Những phương thức dạy và học do

---

[1] Benjamin Bloom, *All Our Children Learning,* trang 157, New York: McGraw-Hill, 1981

[2] Denese Davis and Jackie Sorrell, *Mastery Learning in Public School,* bản điện tử tại: http://teach.valdosta.edu/whuitt/files/mastlear.html

[3] Elliot W. Eisner, Benjamin Bloom, *Prospects: the quarterly review of comparative education,* (Paris, UNESCO: International Bureau of Education), vol. XXX, no. 3, September 2000.

Benjamin Bloom đề nghị sẽ được trình bày trong một bài khác.

2. Ảnh hưởng của môi trường

Trong cuốn sách *Rèn luyện tài năng của thanh thiếu niên* (Bloom, 1985), Bloom nghiên cứu cuộc đời của những người đã thành danh trong sự nghiệp của họ trên trường quốc tế, như vô địch thể thao, toán học gia, khoa học gia, hoặc văn thi sĩ, và thấy rằng phần lớn họ đều không phải là những thần đồng. Thay vào đó, hầu hết đều được sự ủng hộ và quan tâm của phụ huynh trong việc phát huy những năng khiếu của họ. "Sự thành đạt là một sản phẩm của việc học, và việc học bị ảnh hưởng của cơ hội và nỗ lực."[1] Khi nói đến năng khiếu, ta vẫn thường cho rằng đó là một món quà tặng của thượng đế, Bloom không nghĩ như vậy. Ông cho rằng năng khiếu hay khả năng của con người chịu ảnh hưởng tương tác giữa con người và hoàn cảnh, và như thế, nếu hoàn cảnh được thay đổi cho phù hợp thì sẽ ảnh hưởng trực tiếp đến việc phát triển các khả năng của con người. Môi trường có ảnh hưởng trực tiếp đến việc học và phát triển năng khiếu của học sinh trước hết là gia đình sau đó mới tới học đường, nhưng ngay trong gia đình, phụ huynh cũng vẫn có những quan niệm không đúng về khả năng của những người con, và điều ta thường thấy là phụ huynh "đối xử phân biệt" ngay với con

---

[1] Tài liệu dẫn thượng, trang 4.

cái của mình; thí dụ như đứa thì được khuyến khích để học chữ, đứa thì lại được khuyến khích để học nghề. Ta cũng vẫn thường nghe các vị thầy khả kính mắng học sinh, "ngữ chúng mày thì chỉ có đi chăn bò" (sic). Những tác động này của môi trường ảnh hưởng không chỉ đến việc học mà còn có ảnh hưởng lâu dài đến cuộc đời của học sinh sau này.

3. Nhà giáo dục theo chủ nghĩa tích cực

Trong tác phẩm *Đặc tính của con người và Sự học tập tại Học đường* (1976), Bloom đã đưa ra một lý thuyết mới về học tập nhằm giải thích sự khác biệt trong việc học của học sinh và qua đó đề ra những phương thức để thay đổi những sự khác biệt này.[1] Dựa trên những nghiên cứu và khảo sát sự học trong học đường, Bloom nhận thấy sự khác biệt giữa những học sinh trong sự học đều do nhân tạo và mang tính chất ngẫu nhiên chứ không phải cố định tại thời điểm học sinh được đánh giá bởi kết quả của kỳ thi. Ngoại trừ những trường hợp cực kỳ ngoại lệ như những thiên tài, hay những người bị khuyết tật bẩm sinh, ông kết luận: "Những gì mà bất kỳ ai trên thế giới có thể học được, thì *tất cả* đều có thể học được, *nếu có được những điều kiện thích hợp trước khi và trong khi học tập*."[2] Căn cứ trên nghiên cứu này, Bloom tin

---

[1] Benjamin Bloom, *All Our Children Learning,* 1981, New York: McGraw-Hill.

[2] Tlđd, trang 132. (Phần in nghiêng của người viết để nhấn mạnh).

tưởng rằng (1) không có học sinh giỏi và dở, (2) chỉ có học sinh học nhanh hay học chậm, và (3) hầu hết học sinh đều trở nên tương tự như nhau về khả năng học tập, tiến độ học tập, và ý muốn cầu tiến trong việc học, nếu có được những điều kiện thích hợp cho sự học. Nhận định này của Bloom không những là một tư tưởng tích cực, mà còn đả phá những quan niệm cổ hủ dựa trên thuyết định mệnh, di truyền, hoàn cảnh gia đình, hay may mắn. Lý thuyết này đã mở ra một đường hướng mới trong giáo dục về cách thiết lập chương trình giáo dục và phương thức giảng dạy.

Các tầng lớp học tập

Ngoài những lý thuyết và nghiên cứu về giáo dục, có lẽ Bloom được hậu thế ghi nhớ nhiều nhất là nhờ ở công trình nghiên cứu và thiết lập *Bảng phân loại các tầng lớp nhận thức* (Bảng Phân loại) do Bloom đề xướng năm 1956. Theo ông, trình độ nhận thức của con người trải qua các tầng lớp sau, từ thấp đến cao:

Ở tầng thấp nhất là *kiến thức*, nghĩa là học sinh *biết* được *kiến thức* qua sự truyền đạt của thầy. Làm thế nào để thầy cô xác định được là học sinh biết? Cách đơn giản nhất là thử xem học sinh có *nhớ* hay không, hay các hoạt động liên quan đến ký ức như: mô tả, kể lại, đọc thuộc lòng, v.v…

Sau khi đã biết, trình độ nhận thức phải được nâng cao lên đến tầng thứ hai. Đó là *hiểu thấu đáo*, vì rất nhiều khi học sinh học thuộc lòng và nhớ rất giỏi, nhưng vẫn không thực sự hiểu. Làm thế nào để xác định được là học sinh hiểu? Bloom đề nghị kiểm tra sự hiểu thấu đáo của học sinh qua các hoạt động sau: tóm tắt nội dung, giải thích, trình bày lại bằng những từ khác, thuyết trình, thảo luận, nhận biết các yếu tố, v.v…

Ở tầng thứ ba là *áp dụng*. Các từ khóa chính để kiểm tra trình độ nhận thức ở tầng thứ ba gồm có:

ứng dụng (công thức hay bài học vào hoàn cảnh khác), chứng minh, giải quyết vấn đề, minh họa, tính toán, sử dụng, thí nghiệm, v.v.

Ba trình độ này được xếp vào hạng trình độ nhận thức và tư duy thấp, thuộc loại cơ bản.

Tầng thứ tư là *phân tích*. Các từ khóa chính để kiểm tra trình độ nhận thức ở tầng này gồm có: phân loại, so sánh, đối chiếu, diễn dịch, khảo sát, phân biệt, v.v.

Lên đến tầng thứ năm là *tổng hợp*. Các từ khóa chính để kiểm tra trình độ nhận thức ở tầng này gồm có: kết hợp các phần tử có quan hệ thành một tổng thể, soạn thảo một chương trình (âm nhạc, văn học, thi ca, điện toán, v.v.), thiết kế, lập giả thuyết, hệ thống hóa, v.v.

Và tầng thứ sáu là *đánh giá*. Ở tầng này người học phải có khả năng đưa ra những nhận xét, đánh giá, phê bình (tình huống, tác phẩm, v.v.), đưa ra những đề nghị, tiên đoán, chứng minh, và lập luận dựa trên những dữ kiện cụ thể đã được phân tích và tổng hợp ở hai tầng dưới. Đạt tới trình độ này, người học coi như đã có đủ "hỏa hầu" trong tiến trình nhận thức và học-tập.

Trình độ từ tầng thứ tư đến thứ sáu thường được gọi là trình độ tư duy cao (higher level of thinking) và cũng là mục tiêu của cải cách giáo dục ngay tại Hoa Kỳ trong những năm gần đây.

Đến giữa thập niên 1990, giáo sư Lorin Anderson, một học trò của Bloom, cùng một số đồng nghiệp tu chính Bảng Phân loại của Bloom.

[1] Bảng tu chính này cũng tương tự như của Bloom, chỉ thay đổi hai tầng cuối cùng là đánh giá (tầng 5) và sáng tạo (tầng 6). Một đóng góp nữa trong Bảng Tu chính là sử dụng các động từ thay cho các

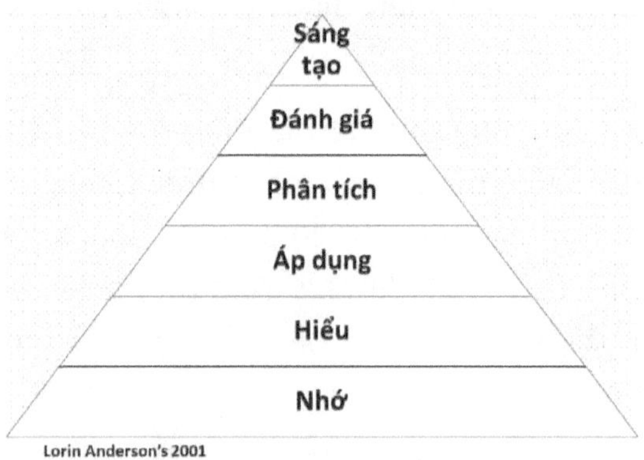

danh từ như trong bảng chính:

Một cách vắn tắt, những câu hỏi kiểm tra cho các trình độ gồm có:[2] (1) học sinh có thể nhắc lại những chi tiết, dữ kiện đã học? (2) học sinh có thể giải thích những ý tưởng hay khái niệm? (3) học sinh có thể sử dụng những kiến thức đã học trong tình huống mới?

---

[1] Leslie Wilson, *Beyond Bloom – A New Version of The Cognitive Taxonomy*, bản điện tử tại http://www.uwsp.edu/education/lwilson/curric/newtaxonomy.htm

[2] Richard Overbaugh & Lynn Schultz, *Bloom Taxonomy*.

(4) học sinh có thể phân biệt được những phần tử khác nhau? (5) học sinh có thể bảo vệ một luận cứ hay phê bình? và (6) học sinh có thể tạo ra một sản phẩm mới hay đưa ra một quan điểm mới?

Bảng Phân Loại của Bloom và Bảng Tu chính của Anderson đã tạo nên một khung hoàn chỉnh về các trình độ nhận thức của con người. Mặc dầu Bảng Phân Loại ra đời đã hơn 50 năm nay và đã hệ thống hóa các trình độ nhận thức và đưa ra những từ khóa để giúp cho thầy cô hướng dẫn học sinh học tập, nhưng hình như hiệu quả giảng dạy cũng chẳng có là bao, nhất là trong khoảng 3 thập niên trở lại đây, tại Bắc Mỹ đã có phong trào chú trọng vào giảng dạy và nâng cao chất lượng "tư duy phê phán" (critical thinking) – không phải chỉ tại Mỹ mới có hiện tượng này mà các nơi khác trên thế giới cũng cảm thấy có nhu cầu nâng cao chất lượng tư duy phê phán.[1] Tuy nhiên, khái niệm "tư duy phê phán"[2] và những nghiên cứu cùng phương thức rèn luyện do trường phái này đưa ra, thực ra cũng chỉ nằm ở tầng thứ 5 và thứ 6 của Bảng Phân Loại.

---

[1] James Wile & Inda Ulqini, 2003. *Developing Critical Thinking Skills in Eastern Europe*, tham luận đọc tại Hội thảo Quốc tế về Giáo dục do Ngân hàng Thế giới tổ chức.

[2] Critical Thinking Where to Begin, http://www.criticalthinking.org/starting/index.cfm

Điều khó khăn của việc áp dụng Bảng Phân Loại vào công tác giảng dạy, có lẽ nằm ở ngay từng môn học. Trong một số môn học như toán và khoa học chẳng hạn, thầy cô rất dễ dàng giảng dạy và hướng dẫn học sinh ở trình độ từ áp dụng lên đến phân tích và tổng hợp. Nhưng còn những môn thuộc về khoa học nhân văn thì sao? Thí dụ như môn sử ký, làm thế nào để dạy học sinh áp dụng hay phân tích bài học lịch sử bây giờ? Đó là những khó khăn và thách thức mà nhà giáo phải tìm ra cách thức để nâng bài giảng của mình lên trình độ 3, 4 và 5; đó là chưa kể đến áp lực nhà giáo phải "thanh toán" cho hết khối lượng "kiến thức" quá tải trong một niên học hay một học kỳ (như những nhà giáo tại Việt Nam đang gặp phải). Kết quả là, đa số nhà giáo, vì lý do này hay lý do khác, chọn cách giảng dạy ở bậc 1 và 2, cho chắc ăn.

Bảng Phân Loại của Bloom (và Bản Tu chính của Anderson) chỉ là một công cụ giúp cho nhà giáo thực hiện đúng đắn và hữu hiệu chức năng của mình, còn dùng được nó hay không lại còn tùy vào mỗi người, và đó chính là thách thức lớn lao nhất trong thiên chức của nhà giáo để có thể dạy và nâng cao trình độ nhận thức – tùy theo kiến thức và trình độ – của học sinh ngay từ những lớp tiểu học.

Kết luận

Triết lý giáo dục và những cống hiến của Bloom cho giáo dục về phương thức giảng dạy, về ảnh hưởng của môi trường, nhất là của gia đình trong giáo dục là những đóng góp lớn lao cho ngành giáo dục nói chung. Những phương thức của Bloom đã và đang được áp dụng tại nhiều nơi trên thế giới. Tuy nhiên, với Bảng Phân loại, Bloom đã để lại dấu ấn sâu đậm cho nền giáo dục và giúp cho giáo chức nắm vững hơn căn bản của việc dạy và học.

Ta không thể nào mong rằng học sinh, nói chung, sẽ tự mình tiến lên được sáu bậc này mà cần phải được thầy cô hướng dẫn. Từ đó suy ra, thầy cô hướng dẫn đến bậc nào, thì học sinh học đến bậc đó. Và như vậy, nhiệm vụ của thầy cô rất quan trọng, không phải chỉ thuần túy truyền thụ kiến thức (tầng thứ nhất) cho học sinh mà còn phải giúp học sinh phát triển trình độ nhận thức của mình lên từng bậc cao hơn, và cuối cùng phát triển được khả năng suy nghĩ độc lập của mỗi học sinh. Đó cũng là mục đích tối hậu của giáo dục.

CHỦ NGHĨA THỰC DỤNG TRONG GIÁO DỤC

PHƯƠNG THỨC TƯ DUY TOÀN DIỆN THEO

JOHN DEWEY

Là một nước chỉ hơn 200 tuổi, nếu so với các nước cổ đại thì Mỹ còn non trẻ; thế nhưng Mỹ lại là nước văn minh nhất, tiến bộ nhất trên thế giới. Điều gì khiến cho Mỹ đạt được vị trí như ngày nay? Nước Mỹ giàu tài nguyên thiên nhiên, hiển nhiên rồi, nhưng cũng có bao nhiêu quốc gia ngồi trên "mỏ vàng" mà nào biết sử dụng. Nếu không do tài nguyên thiên nhiên, ắt hẳn phải do con người. Thế thì người Mỹ có gì khác biệt so với các giống dân trên thế giới? Người Mỹ quả có to con hơn, béo hơn các sắc dân da trắng thật, nhưng chắc hẳn bạn đọc cũng đồng ý rằng to xác chưa chắc đã làm cho đất nước tiến bộ. Vậy điều gì khiến cho Mỹ trở thành một nước hùng mạnh nhất trên thế giới? Nếu chúng ta cùng đồng ý với John Locke rằng: "Chín mươi phần trăm những người ta gặp, tốt hay xấu, hữu dụng hay vô tích sự, đều do giáo dục mà ra,"[1] thì chắc ta cũng phải đồng

---

[1] Cahn, Steven, Classic and Contemporary Readings in the Philosophy of Education, trang 145, McGraw-Hill, 1997.

ý rằng sự hùng mạnh của một nước cũng do giáo dục tạo nên. Như vậy, nền giáo dục của Mỹ có gì đặc biệt hoặc hay hơn nền giáo dục của các nước khác? Xin thưa, đó chính là nhờ ở Chủ nghĩa Thực Dụng và Phương pháp Tư duy Toàn diện do John Dewey, nhà giáo dục và triết gia hàng đầu của Mỹ xướng xuất từ cuối thế kỷ 19.

Chủ nghĩa Thực Dụng do nhà toán học người Mỹ tên Charles S. Peirce (1839-1914) khởi xướng, và đặt tên cho lý thuyết của ông là *Pragmaticism*. Peirce tin rằng qua các giả thuyết do ta đặt ra và qua lý thuyết Xác suất của toán học, ta có thể hiểu được cái thế giới bất định mà ta đang sống. Cùng với sự tác động qua lại này giữa con người và thiên nhiên, các giả thuyết do ta đặt ra cũng sẽ được tu chính cho thích hợp với các dữ kiện mới do ta thu được. Người thứ hai đóng góp lớn lao cho Chủ nghĩa Thực Dụng là William James (1842-1910), một nhà tâm lý học sau trở thành triết gia. Sau cùng là John Dewey, triết gia và nhà giáo dục (1859-1952). John Dewey phát huy và áp dụng Chủ nghĩa Thực Dụng, sau này được gọi là *Pragmatism*trong nền giáo dục Hoa Kỳ, và còn được gọi là Chủ nghĩa Công cụ (intrumentalism) hay Thực nghiệm (experimentalism).

Chủ nghĩa Thực Dụng trước hết là một triết lý; bởi thế, chúng ta nên nhận định chủ nghĩa này dưới quan điểm triết học, nhưng sẽ không đi vào các tranh biện miên man của triết học. Triết học có bốn ngành chính: Thứ nhất, *Siêu hình học* (metaphysics), môn học tìm hiểu xem đàng sau thực tại là cái gì – meta nghĩa là phía sau, và physics là vật chất. Aristotle, người đầu tiên nghiên cứu về siêu hình học, đã trước tác bộ *Metaphysics* khi còn theo học với Plato tại Học Viện ở Athens. Đây là môn học tìm hiểu điều gì hay cái gì thực sự có thật, thực sự hiện hữu, và bản thể của sự vật, tức là phần cốt yếu cho sự hiện hữu, là gì? Thứ hai là *Nhận thức luận* (epistemology), ngành học khảo sát về cái "biết," cụ thể để trả lời những câu hỏi: làm thế nào ta biết được rằng ta biết? Phải chăng ta biết được là nhờ ở giác quan, hay kiến thức ta thu nhận được là nhờ ở trí óc qua lý luận mà có, hoặc kiến thức là do Tạo Hóa khải thị cho ta? Thứ ba là *Giá trị luận* (axiology), ngành học về các giá trị đạo đức (cái gì là đúng/sai về phương diện đạo đức) và thẩm mỹ (cái gì là đẹp). Thứ tư là *Luận lý học* (logic): ngành học về cách sắp xếp tư tưởng ngõ hầu đưa đến các lập luận đúng đắn. Luận lý có hai phần: suy diễn (deductive), tức suy luận từ cái tổng quát đến cái cụ thể, và quy nạp (inductive) tức suy luận từ cái cụ thể tới kết luận tổng quát.

Về phương diện Siêu hình học, Chủ nghĩa Thực Dụng bác bỏ quan niệm của Plato cho rằng tư tưởng của con người xuất phát từ một "khái niệm" toàn cầu, bất biến, thuộc về một cõi siêu hình nào đó và không lệ thuộc vào kinh nghiệm của con người. Những người theo Chủ nghĩa Thực Dụng cho rằng, tư tưởng là công cụ của con người, gồm có giả thuyết, ước đoán, và những kế hoạch, nhằm giải quyết các vấn nạn của con người. Tư tưởng xuất phát từ xã hội, liên quan tới các sinh hoạt của con người. Thay vì đi tìm các câu trả lời trong cõi siêu hình, những người Thực Dụng chú trọng vào sự tương tác giữa con người với nhau, giữa con người với môi trường nó sinh sống. Những sự tương tác này tạo ra những vấn nạn con người cần giải quyết để sinh tồn và để sống một cách thoải mái. Quan tâm chính yếu của những người Thực Dụng là tìm ra một phương pháp giải quyết vấn đề của con người trong đời sống thực.

Về phương diện Nhận thức luận, Dewey và những người Thực Dụng quan tâm đến câu hỏi: làm thế nào để ta biết là ta biết? Làm sao ta có thể biết những ý tưởng của ta là đúng? Đâu là cách chính xác nhất để nhận biết? Tuy nhiên, những người Thực Dụng không chấp nhận câu trả lời là "cái biết" của ta do một nguồn nào đó cao hơn kinh nghiệm của con người ban cho. Họ cho rằng cái biết của con người phát xuất từ kinh nghiệm mà ra. Dewey định nghĩa: "kinh nghiệm là tiến trình tương tác giữa con người và môi trường."

[1] Trong tiến trình này con người sẽ gặp phải những vấn đề mới làm trở ngại nếp sinh hoạt đã quen, nghĩa là những vấn đề khác với những gì mà kinh nghiệm trong quá khứ đã giải quyết, và cần có những giải pháp mới. Đời sống, theo

---

[1] Gutek, Gerald, *Philosophical and Ideological Voices in Education,* trang 73, Pearson Education, NY, 2004.

Dewey và những người theo Chủ nghĩa Thực Dụng là một chuỗi các vấn đề, và "một đời sống thành công là một đời sống trong đó cá nhân và tập thể xác định được vấn đề đặt ra cho họ và tìm ra cách giải quyết được những vấn đề này."[1]

Về phương diện Giá trị luận, Dewey bác bỏ quan niệm của Plato cho rằng các giá trị đạo đức xuất phát từ một Đấng Tối Cao mang tính cách bất biến, phổ cập và vĩnh cửu cho mọi thời đại, hay quan niệm của Aristotle cho rằng giá trị đạo đức mang tính phổ cập ngàn đời vì được đặt căn bản trên lý tính (rationality) của con người, và lý tính cũng giúp con người nhận thức được thế nào là thiện ác, đúng sai. Nhưng Dewey cho rằng các giá trị luân lý, đạo đức thay đổi theo từng thời đại chứ không bất biến như Plato và Aristotle quan niệm. Nhận định này của Dewey khiến cho ông bị quy chụp là thuộc thành phần "đạo đức tương đối" (moral relativism) – đúng sai, thiện ác chỉ có ý nghĩa tương đối, tùy trường hợp – và bị những người theo Chủ nghĩa Lý tưởng và Duy Thực chỉ trích nặng nề vì họ tin tưởng là hành vi của con người phải được hướng dẫn bởi các chuẩn mực luân lý và đạo đức bất biến, mang tính chất phổ cập qua các thời đại. Trong một ý nghĩa nào đó, Dewey đã bị hiểu lầm, và người viết sẽ "minh oan" cho ông về phương diện này trong một bài viết khác.

Về phương diện Luận lý học, những người Thực Dụng dựa vào thực chứng kinh nghiệm và những ý tưởng đã được đánh giá qua kinh nghiệm và qua các thử nghiệm khoa học. Những người Thực Dụng không chấp nhận phương pháp suy

---

[1] Gutek, Sđd, trang 73.

luận diễn dịch đi từ một tiền đề (trong triết học) hoặc một định đề (trong toán học), mà vận dụng phương pháp quy nạp để đưa đến một kết quả tổng quát dựa trên những trường hợp đặc thù. Luận lý quy nạp trong triết học và khoa học đưa đến những kết luận, những "chân lý" tương đối, những chân lý đã được *kiểm nghiệm* trong quá khứ. Nhưng những chân lý này luôn luôn bị thử thách bởi các khám phá mới và các chứng cớ mới.

Phát xuất từ triết học Thực Dụng, Dewey và những người Thực Dụng quan niệm học đường là nơi chốn để học sinh phát triển."Phát triển có nghĩa là có thêm nhiều hoạt động, nhiều vấn nạn, nhiều giải pháp cho các vấn nạn đó, và tạo ra một mạng lưới các quan hệ xã hội."[1] Nhà trường là một cộng đồng gồm học sinh và thầy cô cùng tham gia vào học tập. Nhà trường cũng có thể được xem là một môi trường được chuyên biệt hóa, trong đó các kiến thức (kinh nghiệm) được đơn giản hóa để phù hợp với sức hấp thụ của học sinh, được tinh lọc hóa để những kiến thức độc hại không làm hư hỏng học sinh và ngăn trở sự phát triển của chúng, cân bằng—tổng hợp và liên quan với nhau—để học sinh có thể thấy được mối quan hệ hỗ tương của các môn học (kiến thức) và ảnh hưởng của nó đến môi trường sinh hoạt, cũng như không đặt một môn học nào quan trọng hơn môn học nào.

Từ nhận thức này, Dewey đề nghị một chương trình giáo dục tổng quát gồm ba giai đoạn: Giai đoạn thứ nhất dành cho các học sinh tiểu học chú trọng vào các sinh hoạt vừa làm vừa học qua các dự án (making and doing); thí dụ, tạo một

---

[1] Gutek, Sđd, trang 76.

mảnh vườn trong sân trường, hay là vẽ các biểu ngữ, vân vân. Học và làm như vậy, học sinh phải giải quyết các vấn đề theo một tiến trình (process): giả thuyết, kế hoạch, thực hiện, và kiểm chứng. Giai đoạn thứ hai là học Lịch sử và Địa lý qua các sinh hoạt và dự án, giúp học sinh phát triển nhận thức và khái niệm về thời gian (quá khứ-hiện tại-tương lai), và không gian. Kinh nghiệm của con người không xảy ra trong khoảng không mà nằm trong dòng thời gian và không gian. Giai đoạn thứ ba là học Khoa học. Khoa học, theo Dewey, không phải chỉ gồm các môn khoa học tự nhiên như ta thường hiểu gồm có Vật lý, Hóa học,… mà còn là các môn khoa học nhân văn nữa. Khoa học cho ta những kết quả tổng quát khả tín vì đã qua thử nghiệm, chứ không cho ta những chân lý tuyệt đối.

Nói như vậy không có nghĩa là Dewey phủ nhận các môn học như ta vẫn biết, nhưng chủ trương rằng các môn học này không nên được dạy riêng rẽ, biệt lập, không dính dấp gì tới nhau mà phải được dạy như thế nào để học sinh nhận thấy chúng có liên hệ với nhau. Thí dụ, học toán không phải chỉ chú trọng vào giải phương trình hay lấy đạo hàm của một hàm số như lối dạy truyền thống vẫn thường làm: lấy đạo hàm là để lấy đạo hàm (do math for the sake of math), mà nên liên hệ đạo hàm (tỷ lệ thay đổi) với các vấn đề thực tiễn như sự bùng nổ dân số của thế giới (môn Lịch sử Thế giới), tỷ lệ số cử tri đi bầu trong các kỳ bầu cử quốc gia (môn Công dân), vân vân.

Chủ nghĩa Thực Dụng đã được áp dụng trong nền giáo dục của Hoa Kỳ trong tiền bán thế kỷ 20, nhưng sau đó phải nhường bước cho ảnh hưởng của một số những triết lý giáo dục khác như Hiện Sinh (existentialism) (sau Thế chiến thứ hai), HậuHiện Đại (postmodernism), vân vân. Tuy nhiên, chính trong nửa đầu thế kỷ 20, Hoa Kỳ bắt đầu phát triển vượt bực về mọi mặt. Đó cũng là nhờ vào phương thức giáo dục do Dewey chủ trương, đặc biệt là Phương thức Tư Duy Toàn Diện.

Chủ nghĩa Thực Dụng dựa trên 3 nguyên tắc căn bản: (1) ý tưởng của ta chỉ có giá trị khi đã được thử nghiệm trong hoạt động thực sự của con người; (2) kinh nghiệm là kết quả của sự tương tác giữa con người với nhau và giữa con người với thiên nhiên; (3) trong đời sống, con người sẽ phải đối phó với nhiều vấn đề khác với những kinh nghiệm đã từng trải qua làm cho đời sống bỗng dưng bị "trục trặc," và cần được giải quyết. Từ đó, Dewey đề ra một phương thức khoa học để giải quyết vấn đề. Ông gọi phương thức này là *Phương thức Tư duy Toàn diện*, gồm 5 bước sau:

1. Gặp một tình huống "có vấn đề." Khi sinh hoạt thường xuyên của ta gặp một tình huống mới, không giống với những gì ta đã từng kinh nghiệm, và tình huống mới này lại chặn đứng sinh hoạt thường xuyên của ta. (Hẳn bạn đọc còn nhớ câu nói bất hủ của Apollo 13: "Houston, we have a problem.")

2. Xác định vấn đề: trong bước thứ hai này, ta cần xét thật kỹ xem "vấn đề" ta gặp thực sự là gì bằng cách dừng lại, suy xét tình huống. Nếu không xác định đúng vấn đề, chắc chắn sẽ không giải quyết được.

3. Nghiên cứu, thăm dò, điều tra vấn đề: ta có thể rút từ kinh nghiệm các bài học quá khứ để xem vấn đề mới này có chỗ nào giống với vấn đề cũ không. Nếu không, ta phải tìm tòi trong sách vở hay tham khảo với bạn bè để nắm vững các đặc tính của vấn đề.

4. Đưa ra một số các giả thuyết và phương thức giải quyết: sau khi đã nghiên cứu thật cẩn thận vấn đề cần giải quyết, ta có thể đề ra nhiều giả thuyết, và từ những giả thuyết này, đưa ra những phương thức giải quyết. Thí dụ, khi chiếc xe ta đi "đề" không nổ (vấn đề). Có thể vì xe của ta hết bình điện, bị ngộp xăng, vân vân; từ những giả thuyết này, ta có một số phương thức để giải quyết.

5. Chọn một phương thức và thí nghiệm xem phương thức này có hiệu quả không: sau khi đã chọn xong phương thức, ta cần phải thí nghiệm xem phương thức này có mang lại hiệu quả, giải quyết vấn đề cho ta hay không. Hy vọng rằng hành động của ta giải quyết được vấn đề, và ta có thể tích lũy thêm vào kho kinh nghiệm của mình và tiến bước. Nếu không, ta phải xem lại trong tiến trình đã qua có chỗ nào sơ sót hay không, rồi tiếp tục. Điều cần ghi nhớ là Phương thức này chỉ được coi là toàn diện khi bước thứ 5 được thực hiện.

Phương thức Tư duy Toàn diện nhấn mạnh đến việc thực hành. Thiếu giai đoạn thực hành, những kiến thức ta thu thập được từ trước trong các bước 2, 3 và 4, chỉ là những kiến thức và lý thuyết suông. Phương thức Tư duy Toàn diện có lẽ là dấu ấn sâu đậm nhất Dewey để lại trên nền giáo dục và xã hội Mỹ .

Kết luận

Trước khi Chủ nghĩa Thực dụng ra đời, nền giáo dục của Mỹ chịu ảnh hưởng bởi triết lý giáo dục của Âu châu phát xuất từ Chủ nghĩa Lý tưởng và Duy Thực. Khi Chủ nghĩa Thực dụng được áp dụng làm nền tảng cho triết lý giáo dục, nền giáo dục của Mỹ đã tách sang hướng khác và mang rõ nét đặc thù của người Mỹ: thực tế và thực dụng. Đó cũng là lý do Chủ nghĩa Thực Dụng và Phương pháp Tư duy Toàn diện của Dewey vẫn còn được giảng dạy và áp dụng trong học đường của Mỹ, mặc dù từ hậu bán thế kỷ 20 quốc gia này đã trải qua không biết bao nhiêu cuộc cải cách giáo dục. Phương pháp Tư duy Toàn diện không chỉ là một phương pháp "học và hành;" nó còn là một cách sống vì, như một tác giả đã nói: "Đời là một chuỗi các vấn đề" mà con người phải giải quyết để tồn tại và phát triển.

Tài liệu tham khảo

Gerald L. Gutek, *Philosophical and Ideological Voices in Education,* Pearson, New York, 2004.

Richard Rorty, "Dewey and Posner on Pragmatism and Moral Progress." [Electronic version]. Retrieved January 23, 2008, from http://lawreview.uchicago.edu/issues/archive/v74/74_3/03.Rorty.pdf

Stephen M. Cahn, *Classic and Contemporary readings in the Philosophy of Education,* McGraw-Hill, New York, 1997.

Tony Aladejana, "Application of Dewey's Complete Act of Thought to Teaching in Nigerian Philosophy of Education," International Journal of African and African American Studies; Vol.1, No.3, 2005.

SỐ KHÔNG VÀ SỰ ĐÓNG CỨNG CỦA NÃO TRẠNG

The mind is like a parachute. It only works when it opens

(Frank Zappa)

Nhập đề

Có một tỷ phú "nịnh đầm" nói với người yêu thế này: "Trước khi gặp em anh chỉ là một dãy gồm một chục con số 0, đến khi gặp em thì em là số 1 đứng đầu dãy số 0 đó." Ngày nay chúng ta đều thấy sự cần thiết của số Không, hay zero, hay 0 và coi như chuyện đương nhiên khi sử dụng con số này. Chưa hết, tuần dương hạm USS-Yorktown[1] trong một chuyến hải hành ngoài khơi Cape Charles, Virginia, ngày 21 tháng 9, 1997 bất thình lình bị hoàn toàn bất khiển dụng vì hệ thống computer điều hành chiến hạm ngưng hoạt động. Hệ thống computer ngưng hoạt động vì một kỹ thuật viên đã sơ suất để cho computer chia cho số 0. Chia cho số 0 là điều tối kỵ trong toán học, không phải là một lỗi lầm (mistake) nữa mà là một "tội lỗi" (sin). Computer khi làm đến

---

[1] Tuần dương hạm (cruiser) USS Yorktown của Hải quân Mỹ, được sử dụng từ 1983-2004. Hải quân Mỹ còn có hàng không mẫu hạm (aircraft carrier) mang cùng tên.

con toán này bị bí và cả hệ thống cứ chạy vòng vòng, điều mà chúng ta vẫn hay thường nói là computer của tôi bị *treo giò* (hang up). Thế là một chiếc tuần dương hạm tối tân, trang bị hoả tiễn đạn đạo có radar hướng dẫn, không bị đánh mà vẫn bị "chìm," phải chờ tàu kéo vào bờ sửa (Seife, 2000). Bài viết dưới đây trình bày sơ lược lịch sử sự hình thành và phát triển của số zero và sự đóng cứng của não trạng đã phủ nhận sự hiện hữu của zero và kềm hãm sự tiến hoá của thế giới Tây phương trong hơn 2000 năm.

Lịch sử các con số

Trước khi bàn về sự xuất hiện và tác dụng của con số Không, chúng ta hãy đi ngược về quá khứ và tìm hiểu xem những con số mà ta đang sử dụng ngày nay được con người sáng tạo ra từ bao giờ và để làm gì. Trước khi phát minh ra con số, con người đã biết đếm rồi. Nhà khảo cổ Karl Absolom đào được, từ cuối thập niên 1930, ở Tiệp Khắc một miếng xương chó sói, có số tuổi 30,000 năm trước, trên có khắc những vạch. Không ai biết người tiền sử ở thời đại Đồ Đá đó vạch những vạch đó vào việc gì, nhưng có điều chắc chắn là người ấy đang đếm một cái gì đó (Seife, 2000). Trên khúc xương này có 55 vạch, được xếp theo từng nhóm 5 vạch một; sau 25 vạch lại có thêm một vạch, ta có thể đoán là người đó đếm theo hàng 5 chứ không phải theo hàng chục. Tại sao lại là con số 5? Không ai biết được. Có lẽ tại trời sinh ra con người với năm ngón tay chăng? Nếu người đó đếm theo hàng chục thì ta có bằng chứng về hệ thập phân (Seife). Ở Nam Mỹ đã có bằng chứng khảo cổ về hệ thống nhị phân (Conan, 1896). Người Pháp chắc đã có thời dùng hệ nhị-thập phân, như con số 80, người Pháp đọc và viết là *quatre-vingt* (bốn lần 20). Nhưng hệ thống những con số được xem là tiến hoá từ hệ thống của Ai-cập với những con số tượng hình[1] (*hieroglyphic*) dùng hệ thập phân, mãi từ 3000 năm trước Công nguyên (TCN). Cũng khoảng từ 3000 năm TCN, người Sumerian sống ở khu vực Lưỡng Hà (Euphrates và Tigris thuộc Iraq ngày nay) cũng phát minh ra hệ thống số lục thập phân (*sexagesimal*), hệ thống số của người Sumerian dùng biểu tượng đặc biệt cho các con số 1, 10 và 60. Khi thành Babylon phát triển thì sức hút của thương mại và văn hoá đã thu hút người Sumerian và hệ thống số Sumerian được dùng rộng rãi ở Babylon và sau này được biết đến là hệ thống số babylon (Weibull).

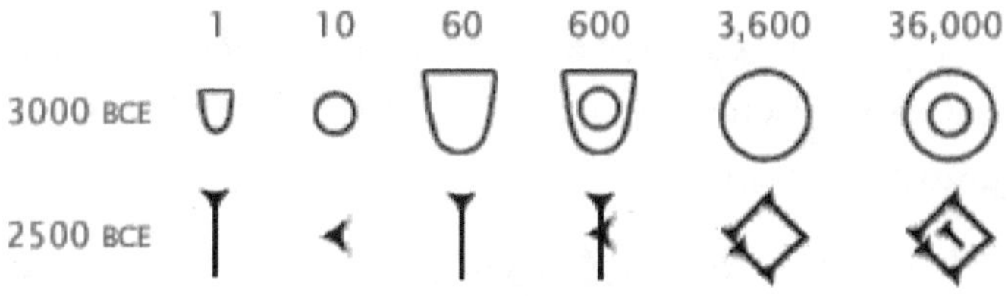

1 10 60 600 3,600 36,000
3000 BCE
2500 BCE

Hình 1: Số Sumerian[2]

[1] Số 1 trong chữ số tượng hình của Ai-cập là một vạch thẳng đứng. Số 100.000 là hình con cóc hay con chim.
[2] Số 1 và 60 viết giống nhau vì không có số zero trong hệ số 60 của Sumerian.

Người Ai-cập dùng số và toán học vào những việc thực tế, thí dụ như toán nhân là tìm diện tích của hình chữ nhật hay tam giác. Sự phát triển của số học và hình học tại Ai-cập một phần cũng là vì một sự tình cờ của địa lý, vì hàng năm con sông Nile vẫn dâng nước làm ngập lụt đất đai và mất luôn cả ranh giới đất đai của dân cư. Điều này khiến các ông vua pharaoh phải cử các quan điền sứ đo đạc đất đai để làm căn cứ so sánh. Toán học Ai-cập đã phát triển đến mức không những chỉ tìm diện tích mà còn tìm cả thể tích, như thể tích của những kim tự tháp. Trình độ toán học của Ai-cập lừng danh cả miền Địa-trung-hải, các nhà toán học nổi tiếng của Hy-lạp như Thales[1] và Pythagoras đã sang học ở Ai-cập.

Tất cả mọi học sinh trung học đều biết định lý Pythagoras: "Trong một tam giác vuông, bình phương cạnh huyền bằng tổng số bình phương hai cạnh kia." Khi Ai-cập bị Ba-tư xâm chiếm và Pythagoras cũng bị bắt làm tù binh và đưa sang Babylon (O'Connor & Robertson, 1999), có lẽ trong lúc ở đó Pythagoras tiếp thu được hệ thống số của người Babylon.

Khi trở về Hy-lạp, Pythagoras sáng lập một môn phái vừa mang tính triết học, vừa mang tính tôn giáo. Có hai loại giáo đồ; giáo đồ xuất thế và nhập thế.

---

[1] Thales (624 TCN – 547 TCN) và Pythagoras (569 TCN- 475 TCN) đã có những định lý hình học nổi tiếng mà bất cứ một học sinh trung học nào cũng phải biết.

Giáo đồ xuất thế đều ăn chay trường, không sở hữu một thứ gì hết, và ở chung trong tu viện. Giáo đồ nhập thế sống ở nhà riêng (giống như tu tại gia), không phải ăn chay trường, và được sở hữu tài sản. Giáo đồ xuất thế được gọi là *mathematikoi;* với danh xưng này hiển nhiên, toán học là điểm trọng yếu trong pháp môn tu tập của họ (O'Connor et al). Pythagoras đã có câu nói trứ danh "Vũ trụ được điều hành bởi những con số." Theo tiếng Hy-lạp, *tỷ số* (ratio)[1] còn được viết là *logos*, và vào thời đó, con người chỉ mới biết đến số nguyên (whole number), và tỷ số là một phân số của hai số nguyên, thí dụ 2/3, 8/11, vân vân. Những con số này còn được gọi là số hữu tỷ, và những con số này vận hành vũ trụ của những người theo phái Pythagoras một cách hài hoà. Sự hài hoà của vũ trụ, ở trên trời qua sự vận hành của những hành tinh, và ở dưới đất qua những hình dáng vật thể, được thể hiện qua tỷ lệ vàng (golden ratio), cân đối, toàn mỹ. Đền đài, dinh thự, ảnh và tượng đều được xây dựng theo tỷ lệ này, thí dụ như điện Parthenon ở Athens, ta thấy tỷ lệ vàng này được thể hiện ở mọi nơi của công trình; còn ở trong thiên nhiên, tỷ lệ vàng thể hiện trong cấu trúc vòng xoắn của vỏ ốc và trái dứa (Seif, 2000). Thế thì tỷ lệ vàng là cái gì? Hãy chia một đoạn thẳng làm hai phần

---

[1] Bốn trăm năm sau, vào thế kỷ thứ nhất, Kinh thánh Tân ước được viết ra, và trong sách John, 1:1 có nói: "Từ thuở thái sơ đã có Ngôi Lời (logos/ratio), Ngôi Lời ở với Đức Chúa Trời, và Ngôi Lời là Đức Chúa Trời."

không bằng nhau sao cho tỷ lệ của phần nhỏ đối với phần lớn bằng với tỷ lệ của phần lớn đối với cả đoạn thẳng.[1] Sau một hồi tính toán ta sẽ tìm ra được tỷ lệ này vào khoảng 0.618, hay vào khoảng 3/5. Có lẽ đây cũng là lý do mà ta thấy những tấm *index card* hay hình ảnh ở Mỹ có kích thước tiêu chuẩn 3 x 5 hay 4 x 6. Chính vì niềm tin vào những con số, một câu chuyện thương tâm đã xảy ra.

Truyền thuyết kể rằng Hippasus, người xứ Metapontum, bị kết tội tử hình bằng cách dìm xuống nước, chỉ vì Hippasus, một môn đồ phái Pythagoras đã phát hiện ra một bí mật mà sẽ làm đảo lộn trật tự vũ trụ của phái này. Theo định lý Pythagoras, bình phương cạnh huyền bằng tổng số bình phương hai cạnh kia. Giả sử có một hình tam giác vuông cân với hai cạnh có chiều dài bằng 1, thì cạnh huyền sẽ có chiều dài là căn số của 2, $\sqrt{2}$. Khổ nỗi $\sqrt{2}$ không phải là 1 vì 1 nhân 1 vẫn bằng 1; cũng không phải là 2, vì 2 nhân 2 bằng 4. Như vậy có một con số không phải là số nguyên, và không thể được diễn tả bằng một tỷ số của hai con số nguyên, xuất hiện trong vũ trụ của giáo phái này. Bí mật này không thể bị tiết lộ ra ngoài, vì sự thật này sẽ tiêu diệt cái *raison d'être* của cả giáo phái. Và thế là Hippasus phải chết để bảo toàn bí mật (Clegg, 2011).

---

[1] Giả sử ta có một đoạn thẳng với chiều dài bằng một đơn vị, và x là chiều dài của phần nhỏ. Phần dài hơn sẽ là $1-x$. Tỷ lệ sẽ là $\frac{x}{1-x} = \frac{1-x}{1}$

Người Hy-lạp phát minh ra hệ thống con số vào khoảng năm 500 TCN, dựa theo ký hiệu số của Ai-cập, nhưng dùng mẫu tự thay cho con số theo bảng dưới đây:

.	1	10	100	1000
1	α (alpha)	ι (iota)	ρ (rho)	,α
2	β (beta)	κ (kappa)	σ (sigma)	,β
3	γ (gamma)	λ (lambda)	τ (tau)	,γ
4	δ (delta)	μ (mu)	υ (upsilon)	,δ
5	ε (epsilon)	ν (nu)	φ (phi)	,ε
6	ς (vau)*	ξ (xi)	χ (chi)	,ς
7	ζ (zeta)	ο (omicron)	Ψ (psi)	,ζ

8	η (eta)	π (pi)	Ω (omega)	,η
9	θ (theta)	ϟ (koppa)*	ϡ (sampi)*	,θ

Hình 2: Số Hy-lạp
*: những mẫu tự không còn sử dụng nữa.

Bên Đông phương, người Trung Hoa cũng đã sáng chế ra hệ thống con số của họ vào khoảng 2500 TCN; các học giả nhận định rằng người Hoa sáng chế ra hệ thống con số của họ hoàn toàn cách ly với thế giới bên ngoài (Weibull). Hệ thống số của Trung Hoa gồm các con số từ một đến 9 (nhất, nhị, tam, tứ,…, cửu), và bội số của 10 (thập), 100 (bách), 1000 (thiên), 10,000 (vạn). Thí dụ, số 75,000 sẽ được viết thành thất vạn, ngũ thiên (七万五千).

Ngoài ra, kể từ đầu Công nguyên, còn có hệ thống số La-mã, dùng mẫu tự để chỉ con số như số 1 La-mã là I, số 4 là IV, số 5 là V, số 9 là IX, và số 10 là X, 50 là L, 100 là C, 500 là D, và 1000 là M (1975 viết bằng số La-mã sẽ là MCMLXXV). Khoảng 400 năm TCN, thổ dân Maya ở Nam Mỹ phát triển hệ thống số của họ. Đặc biệt là người Maya đã phát minh ra con số zero (Weibul).

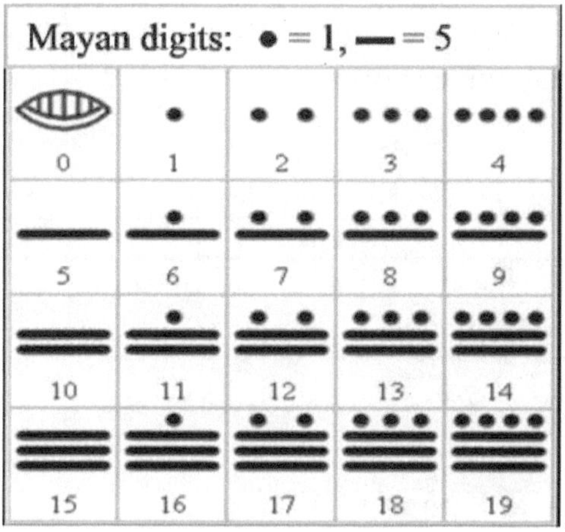

Mayan digits: • = 1, — = 5

0	1	2	3	4
5	6	7	8	9
10	11	12	13	14
15	16	17	18	19

Hình 3: Số của người Maya

Cũng vào khoảng bốn, năm trăm năm TCN, hệ thống số Ấn-độ (Hindu) được nhà thiên văn học lừng danh Âryabhata và đệ tử là Bhâskara I phát minh ra theo hệ thập phân. Tưởng cũng cần nói thêm là người Hindu đã sử dụng số zero từ trước, nhưng chỉ từ khi hai nhà thiên văn này phát triển hệ thống số Hindu và thêm vào con số zero, thì hệ thống số Hindu mới được coi là tạm hoàn chỉnh (Weibull). Hệ thống số Hindu dần dần được người Ả-rập sử dụng vào khoảng thế kỷ thứ 9 sau công nguyên. Nhà toán học Ba-tư, al-Khowârîzmî, được xem là nhà toán học Ả-rập tiên phong sử dụng và cải biến hệ thống số Ấn-độ. al-Khowârîzmî cũng là người đã sử dụng lần đầu tiên từ “algorithm” và “algebra,” và trong tác phẩm *Tính toán bằng số Ấn-độ*, viết năm 825, al-Khowârîzmî đã giới thiệu hệ thống số Ấn-Ả rập với

Tây phương, và từ đó chúng ta có những con số sử dụng ngày nay, kể cả số zeo.

Âu châu	0	1	2	3	4	5	6	7	8	9
Hindu (Devanagari)	०	१	२	३	४	५	६	७	८	९

Hình 4: Số Ấn-độ –Ả-rập

Số Không, Cái Không và Vô Cực

Như trên đã trình bày, kể từ khi con người phát minh ra các con số từ hơn 3000 năm về trước, con người không cần con số Không (zero), vì nó chẳng dùng được vào việc gì thực tế cả (*không* có con bò, hay *không* có miếng đất, thì đâu cần ghi lại làm gì?) Dù con số Không chẳng dùng được vào việc gì thực tế, chẳng thế mà lịch sử hình thành các con số từ đông sang tây đều cho thấy con số zero không được con người phát minh ra. Nhưng khái niệm về *cái Không* (emptiness) đã được triết học Đông phương chấp nhận như một phần không thể thiếu của nhận thức luận. Các nền triết học tại Đông phương như Ấn-độ, Trung Hoa, Nhật và các tôn giáo như Ấn giáo, Phật giáo, Đạo giáo,[1] đều quan niệm cái *Không* không

[1] Ấn giáo (Hinduism) được xem là tôn giáo cổ nhất nhân loại, phát xuất từ Ấn-độ khoảng 5000 TCN. Phật giáo bắt đầu khoảng thế kỷ thứ năm TCN. Đạo giáo (Taoism) bắt đầu khoảng thế kỷ thứ tư TCN.

phải là không mà là một sự hiện hữu tự nhiên (Liu & Berger, 2014). Ta vẫn thường nghe câu nói quen thuộc của đạo Phật "sắc sắc, không không" để chỉ sự vô thường của vũ trụ, của hiện tượng thiên nhiên, ngay cả của kiếp sống con người. Về phương diện triết học, theo Phật giáo *cái Không* chỉ sự giả hợp, những sự *trình hiện* của hiện tượng. Khổng tử (sinh năm 479 TCN) cũng thế, cho rằng vạn vật đều luân chuyển, cái có đấy thì cũng mất đấy, như trong câu nói "thệ giả như tư phù, bất xả trú dạ," dịch nghĩa: "Vật như sông nước cùng trôi, Ngày đêm chuyển dịch chẳng ngơi, chẳng ngừng" (Luận ngữ, thiên Tử Hãn).

Thế còn về phương diện vật lý thì sao, có cái gì thực sự là *không* hay không? Để trả lời câu hỏi này, có lẽ ta phải dùng tới Định luật Hạ nhiệt (Law of Cooling) của Newton: "Tỷ lệ thay đổi nhiệt độ của một vật tỷ lệ thuận với sự khác biệt giữa nhiệt độ của vật đó và nhiệt độ của môi trường xung quanh." Dưới dạng phương trình định luật này là $y(t) = Ce^{kt} + T_s$, trong đó $y(t)$ là nhiệt độ của vật tại thời điểm *t,* T_s là nhiệt độ của môi trường xung quanh. Giả sử ta có một ly nước sôi 100^0 C đặt trong một căn phòng có nhiệt độ là 21^0 C (khoảng 70 độ F), để cho ly nước sôi này nguội bằng nhiệt độ căn phòng cần bao nhiêu tiếng đồng hồ, nếu sau 30 phút, ly nước giảm xuống còn 95 độ? Nếu ly nước giảm nhiệt độ xuống bằng nhiệt độ căn phòng, thì phương trình trên sẽ thành $Ce^{kt} = 0$ và không thể giải được vì không thể lấy log của zero. Tuy nhiên, nếu thay vì đòi hỏi nhiệt độ của ly nước phải tuyệt đối bằng nhiệt độ căn phòng, ta chỉ cần nhiệt độ này gần bằng nhiệt độ căn phòng, thí dụ, 21.01, hay 21.001, hay 21.000000001 (một phần tỷ), thì ta có thể tính được khoảng thời giờ cần thiết (khoảng 5 tiếng) nhưng nhiệt độ của ly nước chỉ có thể tiến gần đến nhiệt độ căn phòng, chứ không bao giờ đạt được nhiệt độ 21 độ cả. Thế thì *cái Không* là cái gì, con số zero là cái gì? Có cái thật là *không* hay không, hay chỉ là một khái niệm của tâm trí con người, một ảo ảnh (a phantom of the mind)? Một thí dụ nữa là nghịch lý Zeno. Zeno, một triết gia Hy-lạp sinh vào khoảng thế kỷ thứ năm TCN, chứng minh rằng Achilles (người hùng trong trận chiến thành Troy) không bao giờ có thể đuổi kịp con rùa bò trước một khoảng cách, cho là một trăm thước. Nếu vận tốc của con rùa bằng một nửa vận tốc của Achilles, khi Achilles chạy đến mốc 50 thước, thì con rùa cũng đã bò được một khoảng 25 thước. Giả sử thêm rằng vận tốc của con rùa chỉ bằng một phần mười vận tốc của Achilles. Khi Achilles chạy đến mốc 100 thước, thì con rùa cũng đã bò được một khoảng 10 thước. Khi Achilles chạy 10 thước nữa, thì con rùa cũng đã bò lên phía trước thêm 1 thước, và cứ thế khi Achilles vượt được một khoảng cách, thì con rùa cũng bò thêm được một khoảng cách, và những khoảng cách này là vô tận (thí dụ, một nửa của một nửa, và cứ thế… ad infinitum). Rút cục, Achilles không thể nào đuổi kịp con rùa! Nói một cách khác, khoảng cách càng nhỏ lại đến gần zero, thì thời gian lại càng dài ra…đến vô cực. *Cái Không* và *cái vô cùng* (vô cực) có liên hệ mật thiết với nhau. Ai cũng biết là không chia được một số cho số Không, nhưng nếu ta chia số đó cho một số rất nhỏ, gần bằng zero (1 phần ngàn tỷ chẳng hạn), kết quả sẽ là một số cực lớn mà vẫn thường được các nhà toán học gọi là vô cực (infinity).

Trong thế giới vật lý, *cái Không* là một "cái" quan trọng mà nếu không có nó, thì có lẽ thế giới vật chất cũng không thể tồn tại được. Nếu cái ly không có cái Không, thì nó không thể đựng được nước hay chất lỏng; cái nhà không có cái Không, thì ta không có chỗ ở; vũ trụ không có cái Không, thì con người ở vào chỗ nào. Người viết còn nhớ khi được giới thiệu lần đầu tiên đến tân toán học (hình như năm lớp 9 thì phải) về tập hợp trống. Ông thầy đã định nghĩa thế này: "tập hợp trống là tập hợp không có gì ở trỏng, và *tập hợp trống luôn luôn là phần tử của mọi tập hợp*." Cái *có và* cái *không* phải chăng luôn luôn tồn tại song song?

Sự đóng cứng của não trạng

Đối với người cổ Ai-cập và Hy-lạp, cái ý niệm về một khoảng trống là một sự kiện khủng khiếp, vì họ tin rằng vũ trụ được tạo ra từ khoảng không, đen tối, hỗn độn, và phải trải qua một thời gian dài mới được thần Atum, chủ tể của vũ trụ ổn định trật tự. Hậu duệ của Atum là Osiris và Set tiếp tục công trình ổn định trật tự của vũ trụ cho cân bằng và hài hoà (Mark,

2013). Vì thế, người cổ Ai-cập và Hy-lạp từ khước cái khoảng không gian đen tối, hỗn độn và đáng sợ đó. Họ chấp nhận rằng vũ trụ là một thực thể hữu hạn, chứ không thể vô hạn và tiến tới vô cùng vô tận (infinity) được. Aristotle, một vĩ nhân, phải nói là của cả nhân loại,[1] đề ra một mô hình vũ trụ, trong đó không có khoảng không vô tận, mà gồm những quả cầu đồng tâm trong suốt như pha lê, có tâm là trái đất của chúng ta, và trái đất đứng yên, không chuyển động, các hành tinh chuyển động quanh trái đất (mô hình địa tâm, *geocentrism*) (Mastin, 2009).

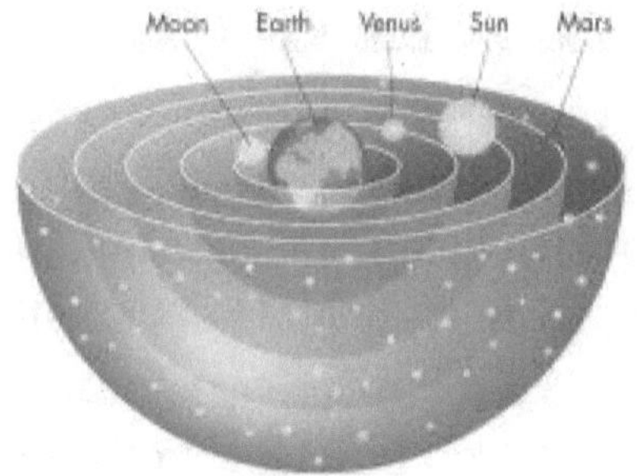

Hình 5: Mô hình địa tâm

Mô hình địa tâm của Aristotle được công nhận vì nó giải thích được những hiện tượng thiên nhiên mà con người quan sát. Trong vũ trụ của Aristotle, vô

[1] Aristotle, nhà bác học của cổ Hy-lạp, tư tưởng Aristotle vẫn còn ảnh hưởng cho đến nay về phương diện triết học, đạo đức, khoa học, giáo dục, y khoa, v.v. Aristotle sáng lập trường Lyceum, và là người đầu tiên phân định các ngành học và môn học như ta biết: văn chương, triết, toán, khoa học, thiên văn, sinh vật. Lyceum được coi là một đại học nghiên cứu (research university) hiểu theo nghĩa ngày nay.

cực, và số zero không có chỗ dung thân. Mô hình địa tâm được phát triển ra toàn thế giới thời ấy có lẽ vì Đại đế Alexander, một vị vua lừng lẫy của Hy-lạp, người đã chinh phục toàn cõi Địa trung hải, Tiểu Á, Ba-tư, sang đến cả Ấn-độ, và qua những chiến thắng này Đại đế Alenxander cũng đem tư tưởng và học thuật Hy-lạp đến những nước bị xâm chiếm. Tưởng cũng cần nói thêm Alexander là học trò của Aristotle nên dĩ nhiên muốn phổ biến tư tưởng của thầy mình cho toàn thế giới. Khoảng hai trăm năm sau Aristotle, Claudius Ptolemy, nhà thiên văn học xứ Alexandria hoàn thiện mô hình địa tâm khiến cho mô hình này trở thành mô hình tiêu chuẩn của thiên văn học Tây phương trong hơn 2000 năm. Một hệ luận nữa của mô hình địa tâm của Aristotle khiến cho mô hình này đứng vững suốt 2000 năm là vì nó lý giải sự hiện hữu của Thượng đế. Aristotle lập luận như thế này: những thiên thể quay quanh trái đất tạo ra những hiện tượng mà ta quan sát được; như vậy, theo định luật nhân-quả, phải có một *cái gì đó* làm những thiên thể này chuyển động. Trái đất tĩnh tại không thể là nguồn của động lực này. Do đó, thiên thể ở trong cùng phải bị thiên thể ở bên ngoài làm chuyển động, và cứ thế ra đến thiên thể cuối ở ngoài cùng (vũ trụ hữu hạn). Thiên thể cuối cùng này phải được một lực nào đó làm chuyển động. Aristotle gọi đó là *động lực thái sơ* (prime mover) và đó chính là Thượng đế (Seife, 2000). Mô hình vũ trụ địa tâm của Aristotle trở thành mô hình thống trị trong hai ngàn năm vì khi Thiên

Chúa giáo được truyền bá khắp Âu châu đã nồng nhiệt chấp nhận mô hình này để chứng minh sự hiện hữu của Thượng đế. Định kiến và sự khước từ số Không cùng với cái Không của Aristotle có thể cũng chưa là một trở ngại bất khả vượt qua; tuy nhiên khi kết hợp định kiến này với quyền lực của giáo hội Thiên Chúa giáo thời Trung cổ, thì nó trở thành một sức mạnh vô song. Quyền lực của giáo hội chi phối tất cả mọi sinh hoạt của Âu châu và đức Giáo hoàng được coi là *bất khả ngộ* (infallible) (Arnold, 1999). Một khi giáo hội đã chấp nhận mô hình của Aristotle-Ptolemy thì nó trở thành bất khả tư nghị.

Mô hình địa tâm được chấp nhận có nghĩa là số Không và cái Không bị từ khước và tẩy chay khỏi Âu châu, và cũng vì vậy, trên phương diện toán học, thiên văn, và hình học, Âu châu bị dậm chân tại chỗ không thoát ra khỏi trình độ số học và hình học Euclid, tính toán thì theo hệ thống số rắc rối của La-mã, kéo dài từ thế kỷ thứ tư đến thế kỷ thứ 12 (Mastin, 2010).

Mãi cho đến thế kỷ 13, số Không mới xuất hiện ở Âu châu, nhờ ở sự giao thương giữa Đông phương và Tây phương. Những thương gia Ấn-độ và Ả-rập mang theo với họ con số Không qua Âu châu, và Leonardo de Pisa[1] (Chàng Leonardo xứ Pisa), còn

[1] Pisa là một thành phố thuộc Tuscany, miền Trung nước Ý, nơi có ngọn tháp nghiêng nổi tiếng.

được biết đến là Fibonacci,[1] qua tác phẩm "Kế Toán Thư" (Liber Abaci) xuất bản năm 1202, giới thiệu con số Không, cùng với hệ thống số Ấn-độ Ả-rập và những tiện lợi của hệ thống số này, đến với nền toán học Tây phương (Mastin, 2010). Mặc dầu hệ thống số Ả-rập đã chứng tỏ được sự ưu việt so với hệ thống số La-mã, mãi đến thế kỷ 16, hệ thống số Ấn-Ả-rập mới được áp dụng và phổ biến tại Tây phương (Mastin). Cũng sang thế kỷ 16, Copernicus, một nhà thiên văn học người Ba-lan, đề xướng mô hình nhật tâm (heliocentrism) với tác phẩm *De Revolutionibus* ấn hành năm 1543 khi ông sắp lìa đời, và mô hình nhật tâm đã đánh đổ hoàn toàn mô hình địa tâm của Aristotle và Ptolemy (Seife, 2000). Khi số Không và mô hình nhật tâm được chấp nhận tại Âu châu, ta thấy một sự nở rộ về học thuật trên mọi phương diện.

***

Số Không bị khước từ tại Tây phương chỉ vì bộ óc, có thể nói là một trong những bộ óc siêu tuyệt

---

[1] Fibonacci, tức Leonardo de Pisa, nhà toán học nổi tiếng thời Trung cổ với dãy số Fibonacci. Dãy số này vẫn thường được minh hoạ bằng sự sinh sản của những cặp thỏ như sau: vào tháng 0, bỏ một cặp thỏ đực và cái ở chung với nhau (1 cặp). Sang tháng 1, cặp thỏ này vẫn chưa sinh sản (1 cặp); sang tháng 2, cặp thỏ này sinh một cặp thỏ con (2 cặp); sang tháng 3, cặp thỏ đầu tiên sinh cặp thứ hai (cặp thứ ba chưa sinh sản được) (3 cặp); tiến trình cứ thế tiếp diễn, sang đến tháng 4 có 5 cặp, …Dãy số trở thành 1, 1, 2, 3, 5, 8,…Điều kỳ lạ là dãy số này thể hiện trong những hiện tượng thiên nhiên như những mắt trái khóm, hay trái thông, và tỷ lệ những con số với số đứng trước càng lúc càng tiến gần tỷ số vàng.

nhất của nhân loại không chấp nhận nó. Hệ quả của sự đóng cứng não trạng này là hai ngàn năm "tăm tối."[1] Và qua số phận của số Không, ta thấy ngay cả bộ óc vĩ đại nhất cũng phạm sai lầm. Sau thời kỳ "hắc ám" là thời kỳ "phục hưng" và "khai sáng." Những nhà tư tưởng của thời đại sau này đã xiển dương chủ nghĩa duy nghiệm (empiricism), theo đó những định luật (khoa học), những "chân lý" chỉ là những giả thuyết, tức là sự giải thích tạm thời đã được kiểm chứng (Trần Bích Lan, 1967). "Chân lý" hôm nay có thể bị phủ nhận ngày mai. Điều này tuy khiến ta có thái độ hoài nghi, nhưng đó là thái độ hoài nghi lành mạnh (healthy skepticism) để không đi đến chỗ cực đoan và đóng cứng não trạng.

Chủ nghĩa duy nghiệm có thể được xem là một phương thuốc nhằm giải cái độc "đóng cứng não trạng," và đã được lần lượt những bộ óc kiệt xuất của thời đại khai sáng như Francis Bacon, John Locke, David Hume, và John S. Mill, xây dựng và phát triển thành một hệ thống suy nghiệm hoàn chỉnh, với những ứng dụng trong khoa học và toán học. Về toán học phải kể đến Descartes với trục toạ độ (0, 0) cùng sự phối hợp đại số với hình học thành môn hình học giải tích của ông (thế kỷ 16); rồi đến môn giải tích và vi phân do Newton và Leibniz sáng tạo. Về phương diện khoa học, thì Newton phải được coi là một

[1] Thời Trung cổ còn được gọi là Thời đại Tối tăm (Dark Ages) vì không có những đóng góp gì đáng kể cho nền văn minh của Âu châu (Nguyễn Tường Bách, 2006).

"người khổng lồ" với những định luật về cơ học, và nhiệt học.

Về phương diện tư tưởng, Mill chủ trương là con người phải có quyền tự do tư tưởng vì những lẽ sau đây: thứ nhất, tư tưởng được công luận chấp nhận có thể sai (như mô hình địa tâm); thứ hai, không những công luận có thể sai, mà ngay cả khi đúng chăng nữa, nếu không được tranh luận tự do, thì cái "công luận đúng" đó sẽ trở thành giáo điều chết. Nếu "sự thật" bị chết thành định kiến, thì chẳng ai còn để ý đến nữa và sẽ bị thui chột. Thứ đến, khi có hai lý thuyết trái ngược nhau thì "sự thật" chưa hẳn thuộc về một lý thuyết nào mà có thể nằm ở một khoảng nào ở giữa, hay mỗi bên đều có một phần sự thật; cho nên, nếu không có tranh luận, phần sự thật đó có thể bị mất và là một phần thiệt thòi cho nhân loại (Mill, bản dịch Việt ngữ Dương Văn Hoá, 2014).

Trong thế kỷ 20 ta cũng đã từng chứng kiến cái gọi là "chủ nghĩa siêu việt," là "đỉnh cao trí tuệ," là "bất khả ngộ" ở Liên bang Xô-viết và ở những nước cộng sản; đảng cộng sản đã dùng bạo lực để bóp nghẹt mọi tư tưởng khác biệt và đã đưa nhân loại đi vào một giai đoạn đen tối khác, nhưng may thay chỉ chưa đầy một trăm năm, thực tế khách quan đã chứng minh được sự sai lầm khốc hại của những chủ nghĩa không tưởng như vậy, và chúng đã bị đào thải. Trên phương diện quốc tế, sự đóng cứng não trạng, trong thế kỷ 20, không những gây ra sự đóng băng tư tưởng tại những nước kể trên, mà còn gây ra những tội ác kinh khủng chống lại nhân loại, như vụ diệt chủng của Khmer Đỏ tại Kampuchia, Đại Nhẩy vọt và Cách mạng Văn hoá của Mao Trạch Đông tại Trung Hoa, và những cuộc đại thanh trừng của Stalin tại Xô-viết. Âu châu còn chịu đựng thêm một thảm trạng nữa của sự đóng cứng não trạng khi Đức Quốc Xã tiến hành cuộc diệt chủng hàng triệu người chỉ vì niềm tin là giống dân Aryan là "siêu nhân" và có nhiệm vụ thống trị nhân loại.

Mặc dù chủ nghĩa Duy nghiệm đã chứng tỏ là hữu hiệu trên phương diện nghiên cứu khoa học, nhưng còn trên phương diện cá nhân, liệu chúng ta có học được những bài học của lịch sử, từ thời cổ đại đến cận đại, về sự nguy hại của sự đóng cứng não trạng hay định kiến hay không? Làm thế nào để giải thoát được khỏi những định kiến bó chặt tư tưởng của ta và của những người khác? Đó vẫn là một bài toán nan giải, như Einstein đã nói: "Phá vỡ định kiến của con người còn khó hơn là phá vỡ hạt nhân nguyên tử."

Kết luận

Con người từ 30,000 năm trước đã biết đếm và đã phát minh ra những hệ thống số khác nhau, từ khu vực Lưỡng Hà sang đến Âu châu, rồi Á châu. Thế nhưng trong những hệ thống số này hoàn toàn vắng bóng con số Không, và cả khái niệm về cái "Không." Mãi cho đến thế kỷ thứ năm TCN, số Không mới được các nhà toán học và thiên văn học Ấn-độ sử dụng, và số Không cùng cái "không" và cái "vô cùng" được người Á châu chấp nhận trong triết học, toán học, và tôn giáo. Trong khi đó Tây phương từ khước số Không và cái "không" vì hai khái niệm này đi ngược lại với quan niệm về vũ trụ của họ, một vũ trụ hữu hạn, với trái đất là trung tâm của vũ trụ, và nó đứng yên. Niềm tin vào mô hình địa tâm do Aristotle đề xướng đã đóng cứng não trạng của những nhà khoa học thời cổ sang tới thời Trung cổ trong suốt 2000 năm. Mãi cho đến thế kỷ 13 khi giao lưu văn hoá và thương mại giữa Đông và Tây phương được thiết lập, số Không được du nhập vào Âu châu nhưng cũng phải mất thêm ba thế kỷ nữa, hệ thống số Ả-rập như ta dùng ngày nay mới được chấp nhận và sử dụng. Thêm vào đó, mô hình vũ trụ nhật tâm (thái dương hệ) của Copernicus đã xô đổ mô hình địa tâm của Aristotle và mở đường cho Âu châu đi vào thời kỳ Khai Sáng với những thành quả và tiến bộ về khoa học, triết học, và toán học như ta biết ngày nay. Sự đóng cứng của não trạng dẫn đến sự đóng băng tiến hoá. Người viết xin mượn lời của Frank Zappa để kết thúc tiểu luận này: "Tâm trí con người cũng giống như một cánh dù. Nó chỉ hoạt động khi được mở ra."

Tài liệu tham khảo

Arnold, J. (1999). The roman catholic church of the middle ages. Retrieved July 10, 2015 from http://www.thirdmill.org/newfiles/jac_arnold/CH.Arnold.RMT.1.html

Clegg, B. (2011). NRICH Mathematics http://nrich.maths.org/2671/index

Conant, L. (1896). *The Number Concept*. (Lit2Go ed.). Retrieved July 01, 2015, from http://etc.usf.edu/lit2go/219/the-number-concept/

Liu, JL., & Berger, D. (2014). *Nothingness in Asian philosophy.* New York, NY: Routledge.

Mark, J. (2013). Acient egyptian mythology. Retrieved August 12, 2015, from http://www.ancient.eu/Egyptian_Mythology/

Mastin, L. (2009). Cosmological theories through history. Retrieved September 10, 2015, from http://www.physicsoftheuniverse.com/cosmological.html

Mastin, L. (2010). The story of mathematics. Retrieved September 10, 2015, from http://www.storyofmathematics.com/medieval.html

Nguyễn, Bách T. (2006). *Lưới trời ai dệt.* Saigon: Nhà Xuất bản Trẻ.

O'Connor, J. & Robertson, E. Pythagoras of Samos. (1999). Retrieved July 10, 2015 http://www-history.mcs.st-andrews.ac.uk/Biographies/Pythagoras.html

Seife, C. (2000). *Zero: The biography of a dangerous idea.* New York, NY: Penguin, Putnam.

Trần, Lan B. (1967). *Luận lý học.* Sài Gòn: Nhà Xuất bản Ngôn Ngữ.

Weibull, N. (2014): An historical survey of number systems. Retrieved July 10, 2015, from

http://www.math.chalmers.se/Math/Grundutb/GU/MAN250/S04/Number_Systems.pdf

Danh sách các hình

Hình 1: Số Sumerian; nguồn http://www.ancientscripts.com/sumerian.html

Hình 2: Số Hy-lạp; nguồn http://forwardcurves.com/?id=662

Hình 3: Số Maya; nguồn https://sites.google.com/site/culturasprehispanicas/losmayas

Hình 4: Số Ấn-Ả-rập; nguồn https://www.mathsisfun.com/definitions/hindu-arabic-number-system.html

Hình 5: Mô hình địa tâm; nguồn http://www.the-universe.ie/aristotle's-universe.html

GIÁO DỤC TỰ DO (LIBERAL EDUCATION) LÀ GÌ?

Bố mẹ: Con định theo học ngành gì?

Con: Con sẽ theo học ngành Lịch sử Nghệ thuật.[1]

Bố mẹ: Hả!!!...Học cái đó thì làm được cái gì hả con?

Con: ...

Nhập đề

Cổ Hy-lạp, cách đây hơn ba ngàn năm, không phải là một quốc gia theo ta hiểu như ngày nay, mà gồm có nhiều thành-quốc (city-state), như Athens, Sparta, v.v… Tại những thành-quốc này chỉ có nam giới, có đầy đủ tình trạng công dân hợp pháp mới có quyền tham chính và làm chủ tài sản. Phụ nữ, trẻ em, ngoại kiều, người lao động, và nô lệ là những thành phần khác trong xã hội chỉ được hưởng những quyền

---

[1] Lịch sử Nghệ thuật (art history) là ngành học về những dạng thức nghệ thuật của con người trong lịch sử qua thị giác và xúc giác (tranh ảnh, tượng), lịch sử kiến trúc, và đôi khi qua thính giác (âm nhạc), v.v… Những sử gia về nghệ thuật diễn giải những cảm quan thành văn từ qua sự phân tích và thẩm định theo những phương pháp khác nhau.

lợi rất giới hạn (Cartwright, 2013). Có ba giai cấp chính trong xã hội cổ Hy-lạp: (1) giai cấp trưởng giả "aristoi" gồm những người giàu, có tài sản và đất đai, và có thể tự trang bị cho mình vũ khí, áo giáp và ngựa để tham gia chiến sự; thành phần này nắm hết các chức vụ quan trọng của thành-quốc và đất đai của họ thuộc loại tốt và nằm trong thành nội; (2) giai cấp địa chủ là thành phần sở hữu ruộng đất, nhưng những thửa đất này nằm bên ngoài tường thành của thành-quốc và do đó không được bảo vệ khi có chiến tranh; giai cấp này được gọi là "periokoi;" (3) giai cấp công thương gồm những người thợ và nhà buôn, họ là thị dân tự do sinh sống trong thành phố; giai cấp này có nhiệm vụ phục vụ cho thành-quốc, và không được tham chính, vì thành phần trưởng giả và gia đình của họ (các quý tộc) nắm giữ chức vụ quan trọng, chỉ cho phép giai cấp địa chủ tiến lên giai cấp trên (Cartwright). Còn một thành phần nữa trong xã hội cổ Hy-lạp là thành phần nô lệ, gồm những tù binh bị bắt trong chiến tranh, được tha chết nhưng phải phục dịch cho kẻ chiến thắng. Thành phần nô lệ làm những công việc nặng nhọc mà những người tự do không "thèm" làm. Người Hy-lạp, theo Aristotle, rất cần có thời giờ thư nhàn (leisure) để được *tự do* lựa chọn những sinh hoạt hướng thượng đưa đến hạnh phúc (Archibald, 2008). Muốn có thời giờ thư nhàn, thì phải thuộc thành phần khá giả, không phải làm lụng vất vả; do đó, chỉ có giai cấp trung lưu trở lên mới có được điều kiện này.

Người cổ Hy-lạp rất coi trọng giáo dục, họ quan niệm rằng chỉ có những công dân *có học* mới có thể tham gia một cách hữu hiệu vào hệ thống chính trị; cho nên trẻ con của họ được dạy học từ nhỏ, bắt đầu từ sáu hay bảy tuổi, nhưng chỉ con trai của công dân mới được đi học mà thôi, con gái có thể học ở nhà, chú trọng vào công, dung, ngôn, hạnh, và những kiến thức để điều hành gia đình (Cartwright). Nói một cách khác, nền giáo dục cổ Hy-lạp chỉ dành cho những công dân tự do. Những thành phần khác như lao động, những người được xem là bán-tự do (semi-free), không có đủ phương tiện cho con cái đi học. Vì nền giáo dục dành cho những người tự do, nên được gọi là Giáo dục Tự do (liberal education) hay giáo dục tổng quát. Tuy nhiên, ngay từ thời cổ Hy-lạp, trong những bậc tiền bối cổ vũ cho giáo dục tự do cũng đã có hai quan niệm khác nhau về mục đích của giáo dục. Một bên là Plato và đệ tử của ông chủ trương mục đích của giáo dục là tìm đến chân lý: học để mà học, thế thôi. Một bên là Isocrates chủ trương rằng những môn học như tu từ, ngôn ngữ, và đạo đức là những môn học cần thiết, tức là những *phương tiện*, giúp con người trở nên có đức hạnh và sống đời sống tốt lành (Zakaria, 2015). Hai quan niệm này có thể được tóm tắt thành hai chủ trương "học thuật vị học thuật," và "học thuật vị nhân sinh." Sang đến thời Trung cổ và các thời đại sau đó, học thuật vị nhân sinh được hiểu là cái học thực dụng, chuyên ngành.

Gần đây, không những học giới của Mỹ đang đặt lại vấn đề "học thuật vị học thuật" hay "học thuật vị nhân sinh" (Nugent, 2015). Trong nhiều gia đình người Việt tại Mỹ cũng có vấn đề tranh cãi giữa phụ huynh và con cái—khi các em muốn theo học chương trình giáo dục tự do—rất thường được thể hiện qua câu nói: "học Anh văn (hay lịch sử hay nghệ thuật) thì làm được cái gì? Sao không học cái gì thực tế, dễ kiếm việc làm như kỹ sư chẳng hạn." Trong bài viết dưới đây chúng ta sẽ tìm hiểu xem *liberal arts*, những ngành học thuộc liberal arts và nhân văn (humanity)–là gì, cùng quá trình phát triển của ngành học này, nhất là tính thực dụng của khoa học nhân văn và Giáo dục Tự do trong thời đại hiện nay.

Định nghĩa Giáo dục Tự do (Liberal Arts)

Người cổ Hy-lạp, tuy vậy, không dùng cụm từ "liberal arts," mà mãi đến thời Trung Cổ cụm từ này mới trở thành phổ thông. Liberal Arts hay *artes liberales* có gốc La-tinh; liber có nghĩa là tự do và Artes, được dịch từ tiếng Hy-lạp, có nghĩa là "techne" (từ đó xuất phát các từ technique, technology) mà ta có thể dịch sang Việt ngữ là *nghề* hay "nghệ" như trong "Lục nghệ": sáu môn học thời nhà Chu gồm có lễ, nhạc, xạ (bắn cung), ngự (cỡi ngựa), thư (viết), và số (toán học), chứ không phải là nghệ thuật như ta thường hiểu. *Arts liberales* trong tiếng La-tinh vẫn thường được dịch sang ngôn ngữ Tây phương là "những kỹ năng (nghệ) để sống một đời sống *được phát triển đầy đủ và tự do*" (Nugent, 2015). Như vậy, ta có thể định nghĩa liberal arts là ngành học bao gồm những kỹ năng giúp cho con người sống một đời sống được phát triển đầy đủ và tự do. Circe Institute đưa ra một nhận định như sau: "Liberal arts không quan tâm đến những môn học, thay vào đó chú trọng đến những *kỹ năng cơ bản của tư duy* mà người học cần có để học những môn học khác" (2015). Do đó, liberal arts có thể được hiểu là ngành học để đào luyện những kỹ năng tư duy, và theo người viết, ta có thể tạm dịch sang tiếng Việt là những môn học tổng quát, đơn giản hơn là Giáo dục Tự do hay Giáo dục Tổng quát. Xin được mở một dấu ngoặc ở đây là người Hy-lạp phân biệt *liberal* arts với *illiberal* arts (những nghề có mục đích kinh tế, nhằm để mưu sinh, như những người thợ rèn, thợ ngõa, thợ nề, ngay cả y sĩ cũng là một nghề thuốc).

Các ngành học thuộc Giáo dục Tự do từ thời Cổ Hy-lạp đến La-mã

Với quan niệm đào tạo kỹ năng tư duy, một kỹ năng mà chỉ có loài người được ban cho—con người có thể suy nghĩ dùng biểu tượng như chữ viết, con số, các hình dáng (mắt thấy), âm nhạc hài hòa (tai nghe), và ngôn ngữ; sự sử dụng nhuần nhuyễn những kỹ năng này sẽ giúp cho con người phát triển trọn vẹn—người Hy-lạp thời cổ đặt ra những môn học giúp đào luyện những kỹ năng này và chia ra làm hai bậc: sơ học *tam khoa* (trivium), gồm có: văn phạm, luận lý, và thuật hùng biện (Circe Institute), và trung học *tứ khoa* (quadrivum), gồm có số học, hình học, âm nhạc, và thiên văn học dành cho những ai đã hoàn tất tam khoa theo học[1] (Perrin, 2011).

Khi Hy-lạp bị La-mã chinh phục vào khoảng năm 146 TCN, học thuật Hy-lạp được du nhập sang La-mã và trở thành nền tảng giáo dục cho giới tinh hoa, còn được gọi là *liber homo* (người tự do) của La-mã và phát triển mạnh mẽ. Người có công trong việc du nhập và phổ biến học thuật Hy-lạp vào La-mã là Cicero; sau một thời gian người La-mã thêm vào các môn thuộc tam khoa và tứ khoa các môn y học và kiến trúc (Perrin, 2011). Tuy vậy, chương trình Giáo dục Tổng quát không những không được Giáo hội Công giáo tán thưởng, mà còn bị cấm đoán, vì cho rằng những môn học này sẽ khiến học sinh đọc và học "ngoại thư" và sẽ trở thành sa đọa. Mãi cho đến thời St. Augustine[2] (thế kỷ thứ tư-thứ năm Sau Công

---

[1] Bậc đại học thời cổ Hy-lạp mãi đến thời đại của Plato mới được thành lập. Học Viện (Academy) do Plato sang lập từ năm 427 TCN và kéo dài cho tới năm 327 TCN. Sau đó là Lyceum do Aristotle sáng lập vào khoảng năm 335 TCN. Lyceum được xem là đại học nghiên cứu (research institute) đầu tiên, có chương trình giáo dục và thư viện. Sinh viên tại Lyceum (đọc theo tiếng Anh là /LAI-si-um/) phải nghiên cứu về khoa học, thiên nhiên học, và lịch sử.

[2] St. Augustine (354-430 SCN) là Giám mục Giáo phận Hypo và là nhà thần học cũng như triết gia có ảnh hưởng rất lớn về thần học Thiên Chúa giáo và triết học của Tây phương. Xuất thân từ một gia đình khá giả, Agustine được đi học tại những trường nổi tiếng thời bấy giờ. Nhưng bản chất của ông thuở

nguyên), qua uy tín cùng kiến thức uyên thâm của ông về thần học và triết học, Giáo dục Tổng quát mới được Giáo hội chấp nhận (Perrin). Giáo dục Tổng quát, theo Augustine gồm có bảy môn: văn phạm, âm nhạc, biện chứng học (luận lý), hùng biện, hình học, số học, và triết học. Sau khi được sự chấp thuận của Giáo hội và được các học giả khác, điển hình như Capella, Boethius, Cassiodorus, và Isidore xiển dương, Giáo dục Tổng quát đã trở thành ngành học và phương pháp đào tạo chính tại Âu châu trong suốt thời Trung Cổ (Perrin). Sự học tại Âu châu trong thời Trung cổ là để mở mang trí óc, để hiểu biết, hay nói khác hơn, học để mà học, nói văn vẻ là "học thuật vị học thuật" (learning for the sake of learning) chứ không quan tâm đến việc "học để làm gì?" Quan niệm học thuật vị học thuật thống trị học giới thời Trung cổ mãi cho đến thời Phục hưng và Khai sáng thì có những chuyển biến rõ rệt, khi nền đại học được thành lập.

---

thiếu thời là một đứa trẻ không có đức hạnh. Trong cuốn "Xưng Tội," Augstine kể lại, "tôi có tính xấu, tôi yêu thích lầm lỗi của tôi, không phải vì tôi sai lầm, nhưng tôi yêu chính sự sai lầm đó." Tuy rất thông minh, khi lớn lên Augustine trở thành một thanh niên hoang đàng, cho đến khi ông vào đạo Công giáo năm 31 tuổi, và trở thành linh mục 5 năm sau đó. Ông dành hết thì giờ cho mục vụ, rao giảng đạo Thiên Chúa và trước tác những luận thuyết về triết học và thần học. Augustine được phong thánh năm 1303.

Sự phát triển của ngành Liberal Arts và Giáo dục Tự do tại Âu châu

Khi trường đại học được thành lập tại Âu châu (trường đại học xưa nhất thế giới là trường đại học Bologna được thành lập vào năm 1088 tại Ý), hai khuynh hướng học thuật nói trên vẫn tiếp tục được tranh luận. Đến thế kỷ 19, Hồng Y Newman, một người chủ trương học thuật vị học thuật đã lập luận rằng những học viện nên chú trọng vào việc huấn luyện sinh viên trở thành những công dân có trách nhiệm có căn bản về tri thức và tình cảm; họ sẽ đóng góp vào sự tiến hóa êm ả của xã hội nói chung, và như thế, không nên tham gia vào những lãnh vực nghiên cứu; John Stuart Mill phát biểu mạnh mẽ hơn: "Mục đích của đại học không phải để dạy những kiến thức cần thiết để làm một nghề gì đó để mưu sinh. Mục đích của đại học không phải là đào tạo những luật sư, y sĩ, hay kỹ sư tài giỏi, mà là để đào tạo những con người" (Wende, 2011). Tuy vậy, song song với sự bảo thủ của giáo dục tổng quát, hai mô hình đại học khác cũng phát triển tại Âu châu. Tại Pháp, Napoleon cho thành lập *grandes écoles* dành cho những thành phần ưu tú, và đào tạo những ngành nghề quan trọng cho nhà nước như hành chánh, kỹ sư, và sĩ quan trong quân đội. Nhưng quan trọng hơn là sự thành lập tại Đức mô hình đại học nghiên cứu do Wilhelm von Humboldt[1] chủ trương. Và từ đó những đại học tại Âu châu là sự hỗn hợp giữa đào tạo chuyên ngành (y khoa, kỹ sư, …) và nghiên cứu. Mô hình này được mặc nhiên công nhận là mô hình giáo dục đại học chính thức tại Âu châu và đưa đến một hệ quả là đại học tại Âu châu bị lệch về chuyên môn hóa và chuyên nghiệp mà thiếu đi phần giáo dục giá trị nhân văn, như là đào tạo nên những người công dân tốt cho xã hội (Wende).

Ý thức được hệ quả của sự thiên lệch này, các nước tại Âu châu ngày nay đang tìm cách cải tổ để điều chỉnh sự mất quân bình này. Đại học King và Đại học London đã chuyển mô thức dạy sang chương trình giáo dục tự do, theo mô hình của Mỹ là đạo tạo chương trình cử nhân trong bốn năm, nhưng không hẳn là áp dụng hoàn toàn mô hình của Mỹ (Guttenplan, 2013). Những cải cách trong chương trình đào tạo cử nhân tại các nước Âu châu khác cũng diễn ra tương tự, với mục đích chính là sửa đổi những

---

[1] Wilhelm von Humboldt là một triết gia, nhà chính trị và nhà ngoại giao của nước Phổ (Đức). Humboldt làm cố vấn đặc biệt cho bộ trưởng Nội Vụ và qua cương vị này Humboldt đã đề nghị cải cách nền giáo dục tại Đức từ tiểu học cho đến đại học. Đại học Humboldt được thành lập tại Berlin năm 1810, phối hợp giảng dạy và nghiên cứu, đồng thời cung cấp cho sinh viên một nền giáo dục toàn diện và nhân bản (Lịch sử Đại học Humboldt tại Berlin: **https://www.hu-berlin.de/en/about/history/huben_html**)

bất lợi do đào tạo chuyên biệt hóa quá sớm mang lại (Wende, 2011).

Sự phát triển của Giáo dục Tự do và Nhân văn tại Hoa Kỳ hiện nay

Nói đến nền giáo dục đại học của Mỹ không thể không nhắc đến vai trò của Viện Đại học Harvard. Chỉ tám năm sau khi đặt chân lên Mỹ châu, những di dân người Anh theo Thanh giáo tại thuộc địa Massachusetts đã nghĩ đến sự quan trọng của việc thành lập cơ sở giáo dục bậc đại học, và do đó đại học Harvard được sinh ra đời.[1] Những bậc khai quốc Hoa Kỳ và những nhà giáo dục tiên phong của Mỹ thừa hưởng nền học thuật Hy-La, tức là học thuật tự do (artes liberales) nên đương nhiên họ áp dụng mô hình học thuật tự do vào chương trình giáo dục của mình. Chương trình giáo dục của những đại học theo mô hình giáo dục tự do từ những ngày đầu thành lập (tính từ khi Harvard được thành lập) nhằm hai mục đích chính là "giải phóng" tâm trí và chuẩn bị cho sinh viên khả năng đảm đương những công việc *hữu dụng* (Nugent, 2015). Xin được mở dấu ngoặc tại đây: những đại học theo mô hình giáo dục tự do (liberal arts) sẽ được gọi tắt là đại học tự do để phân

---

[1] Những người theo Thanh giáo từ Anh đến Massachusetts năm 1628.

biệt với loại đại học chuyên môn và nghiên cứu. Kể từ khi Harvard được thành lập cho đến khoảng đầu thế kỷ 19, có khoảng 50 trường đại học tự do được thành lập tại Mỹ (Nugent).

Khác với các nước khác có nền giáo dục đại học do nhà nước thành lập, hệ thống đại học của Mỹ, nhất là những đại học thời kỳ đầu, tất cả đều theo mô hình tự do và độc lập, không bị chi phối bởi chính quyền. Kể từ khi thành lập nền giáo dục đại học, chương trình giáo dục tự do của Mỹ vẫn giữ những môn học truyền thống và cổ điển: triết học, luận lý, sinh ngữ, cổ ngữ. Nhưng sang đến thế kỷ 19 hệ thống đại học của Mỹ bắt đầu có sự thay đổi. Thứ nhất là quan niệm "học thuật vị học thuật" của mô hình giáo dục tự do bị quan niệm "học thuật vị nhân sinh" (tức là cái học thực dụng) thách đố khi chính quyền liên bang ra đạo luật Morrill năm 1862 cung cấp đất của liên bang cho tiểu bang để thành lập tối thiểu một đại học với mục đích dạy thêm hai ngành canh nông và cơ khí.[1] Thứ hai là mô hình đại học của Wilhelm von Humboldt tại Đức được du nhập vào Mỹ. Khác với các đại học

---

[1] Mô hình đại học có thêm hai ngành canh nông và cơ khí, còn gọi là A&M (Agriculture & Mechanical) được thành lập tại toàn thể 50 tiểu bang của Mỹ, mặc dù tên gọi có thể khác nhau; thí dụ Texas có Texas A&M, còn ở California, hệ thống đại học California (University of California) thành lập phân khoa A&M năm 1866.

truyền thống nhằm bảo tồn và chuyển giao những kiến thức đã được đúc kết qua hằng trăm năm, đại học nghiên cứu kiểu von Humboldt nhằm kiến tạo và phổ biến những kiến thức mới; tuy nhiên, đại học nghiên cứu của Mỹ chỉ tập trung vào chương trình đào tạo sau cử nhân (Nugent). Đến giữa thế kỷ 20, khi Xô-viết phóng hỏa tiễn Sputnik vào vũ trụ, Hoa Kỳ bị bất ngờ trước tiến bộ về khoa học và kỹ thuật của Xô-viết và sợ bị Nga bỏ rơi trong lãnh vực không gian, một lãnh vực mang tầm chiến lược quan trọng trong thời kỳ Chiến tranh Lạnh; cho nên, chính quyền Liên bang đổ hàng tỷ Mỹ kim đầu tư vào lãnh vực nghiên cứu khoa học cho các đại học nghiên cứu. Sự phân cách giữa đại học tự do và đại học nghiên cứu của Mỹ kể từ đó được định hình rõ nét. Một số đại học truyền thống như Dartmouth (New Hampshire), Princeton (New Jersey), và Yale (Connecticut) còn giữ được chương trình cử nhân tự do cùng với chương trình nghiên cứu ở cấp hậu-cử nhân, những đại học còn lại nghiêng dần về nghiên cứu (Nugent). Tuy vậy, hiện nay tại Mỹ có khoảng 150 đại học dạy chương trình cử nhân trên căn bản của giáo trình giáo dục tự do thuần túy, như Columbia, Chicago, và St. John (Zakaria, 2015). Toàn nước Mỹ có 581 đại học theo chương trình giáo dục tự do (Yale Daily News, 2008) trên tổng số 4726 đại học (cả hệ bốn năm và hai năm), chiếm tổng số khoảng 12% (NCES, 2016).

Những con số này cho thấy chương trình đào tạo hệ đại học và hậu đại học của Mỹ cũng thiên về đào tạo *nghề*, (tức là những ngành học chuyên môn như kỹ sư, kế toán viên, dược sĩ, y sĩ, computer programmer,…) vì một lý do hết sức thực tế là việc đi học đại học được người Mỹ coi là một sự đầu tư (học phí đại học cứ tăng lên hàng năm), mà hễ là đầu tư thì cần phải đặt vấn đề tỷ lệ giữa vốn đầu tư và thu hoạch có tương ứng với nhau không (Rate on Investment). Có quan niệm cho rằng nếu học những ngành tự do thì cơ hội tìm việc khi tốt nghiệp sẽ thấp hơn các ngành học khác. Đó là chưa kể không tìm được việc làm thì còn mang một món nợ lớn, nhiều khi trả cả chục năm vẫn chưa hết. Tuy vậy, mặc dù 88% đại học của Mỹ thiên về những ngành học thực dụng (hiểu theo nghĩa là tìm được việc làm tương đối dễ dàng), đa số những đại học này đều có chương trình cơ bản (core curriculum) cho hai năm đầu đại học mà sinh viên phải học như những môn học về ngôn ngữ, chính trị cơ bản, lịch sử, tâm lý, và nhiều những môn học nhiệm ý khác; thí dụ hệ thống đại học tại Texas, hai năm đầu sinh viên phải học những môn thuộc ngành học tự do (có những môn bắt buộc, có những môn nhiệm ý sao cho đủ số tín chỉ của năm thứ hai, trước khi đi vào chuyên ngành).

Tính thực dụng của Liberal Arts?

Trước khi bàn về tính thực dụng–thực ra phải gọi là có mang lại lợi ích kinh tế không– của giáo dục tự do, ta cần có một cái nhìn rõ ràng về chương trình giáo dục tự do hiện nay như thế nào. Chương trình giáo dục tự do là một chương trình liên ngành (interdisciplinary) bao gồm nhiều ngành học sau: *nhân văn* (gồm có: nghệ thuật, văn chương, ngôn ngữ, triết học, âm nhạc, kịch nghệ, cổ ngữ); *khoa học xã hội* (gồm có: lịch sử, địa lý học, tâm lý học, xã hội học, chính trị học, nhân chủng học, kinh tế học); *khoa học thiên nhiên và toán học* (gồm có: sinh vật học, hóa học, vật lý học, thiên văn học, địa chất học, luận lý học, thống kê). Sinh viên có thể chọn chuyên ngành mà mình thích như ngôn ngữ hay lịch sử, nhưng đồng thời cũng phải học những môn khác thuộc ngành giáo dục tự do, một số môn là nhiệm ý.

Một sinh viên học xong chương trình cử nhân, Anh ngữ hay lịch sử chẳng hạn, hãng nào, công ty nào sẽ mướn sinh viên vừa tốt nghiệp này? Một cách hiển nhiên ai cũng thấy là triển vọng tìm việc làm sau khi tốt nghiệp của sinh viên theo học ngành giáo dục tự do thật là thấp. Nhưng thực sự có phải như vậy không? Theo một nghiên cứu mới nhất, năm 2014, của Trung tâm Quốc gia phụ trách Hệ thống Quản trị Đại học (National Center for Higher Education Management Systems) và Hiệp hội Đại học và Cao đẳng Hoa Kỳ (Association of American Colleges and Universties–AACU) thì quan niệm sinh viên học ngành giáo dục tự do khó tìm việc làm chỉ là "một thần thoại—nếu bạn học ngành nhân văn, thì coi như bị thất nghiệp suốt đời" (Grasgreen, 2014), và bị dữ kiện thực tế phủ nhận. Có rất nhiều lãnh vực mà sinh viên ngành giáo dục tự do có thể tìm việc dễ dàng như trong những dịch vụ xã hội, pháp lý, giáo chức,… (xem thêm tin tức trong bản nghiên cứu của AACU). Bản nghiên cứu còn đưa ra một kết luận khá lý thú là mặc dầu khi mới khởi đầu sinh viên tốt nghiệp ngành nhân văn có lương thấp hơn ngành chuyên môn (kỹ sư) khoảng gần 5000 mỹ kim, nhưng sau một thời gian, khi cả hai lên đến mức lương cao nhất thì cả hai ngành đều có mức lương tương đương với nhau (AACU). Thêm vào đó, khi được phỏng vấn, 93% những chủ công ty cho biết rằng khả năng tư duy phê phán, kỹ năng giao tiếp, và giải quyết những vấn đề phức tạp được xem là quan trọng hơn ngành học chuyên môn.

Xin mở một dấu ngoặc ở đây để nói thêm là bản nghiên cứu này là sự phản biện hùng hồn nhất trước quan niệm sai lầm về giá trị của giáo dục tự do. Quan niệm sai lầm này được cổ võ ngay từ chính tổng thống Obama khi ông nói: "bà con có thể kiếm được nhiều tiền hơn với những kỹ năng sản xuất hoặc thương mại hơn là với cái bằng cử nhân về lịch sử nghệ thuật;" quan điểm này được thống đốc Rick Scott của Florida lập lại, "Có thêm những nhà nhân chủng học có phải đó là quyền lợi sinh tử của tiểu bang Florida không? Tôi nghĩ là không" (Nugent, 2015, trg. 20).

Ngoài bản nghiên cứu hàn lâm của AACU, còn nhiều những nghiên cứu khác về giá trị thực sự của giáo dục tự do. Nếu chỉ dùng tiền làm tiêu chí đánh giá, thì hơn 1/3 CEO của những công ty Fortune 500 có bằng cử nhân về giáo dục tự do hay nhân văn.[1] Một vài nhân vật tiêu biểu là Ken Chenault, CEO của American Express, James Dimon, CEO của JP Morgan Chase, Ted Turner, người sáng lập CNN và TBS (Sadove, 2014).

Thế thì giá trị thực sự của giáo dục tự do là gì? Như trên đã trình bày những kỹ năng mà sinh viên được đào tạo khi theo học ngành giáo dục tự do—tư duy phê phán, kỹ năng giao tiếp, và giải quyết và tiếp cận vấn đề dưới nhiều góc cạnh khác nhau chính là giá trị thực sự của giáo dục tự do. Fareed Zakaria (2015) cho rằng giá trị thực sự của giáo dục tự do là dạy cho sinh viên "cách" suy nghĩ. Nói một cách cụ thể là dạy cho sinh viên biết "viết" trước, vì muốn viết rõ ràng buộc ta phải suy nghĩ rõ ràng. "Bất kể bạn làm nghề gì trong đời, khả năng viết rõ ràng, sáng sủa, hợp lý sẽ chóng trở thành một kỹ năng vô giá" (Zakaria, 72). Ngoài kỹ năng viết, lợi điểm thứ hai là giáo dục tự do dạy sinh viên "nói." Nói ở đây có nghĩa là biết diễn đạt bằng lời nói thật khúc chiết, rõ

---

[1] Theo US News & World Reports khoảng 68% CEO của Fortune 500 tiếp tục học thêm những bằng sau đại học (Cao học, hay MBA).**http://www.usnews.com/education/best-graduate-schools/top-business-schools/articles/2012/05/14/where-the-fortune-500-ceos-went-to-school**

ràng những đề tài phức tạp nhằm thuyết phục người nghe trong những buổi thuyết trình. Gom cả hai kỹ năng viết và nói, đó chính là *kỹ năng truyền thông* (communication), một kỹ năng quan trọng cho mọi ngành nghề. Lợi điểm thứ ba của giáo dục tự do, theo Zakaria, là ngành giáo dục tự do dạy cho sinh viên cách "học như thế nào." Trước hết sinh viên được đào luyện về kỹ năng tư duy phê phán, tìm kiếm tài liệu để chứng minh hoặc phản biện một giả thuyết, phát hiện được sự thiên lệch và thành kiến của một bài viết, một lập luận; tự tìm những kiến thức thích hợp, và nhìn vấn đề dưới nhiều góc độ khác nhau hầu tìm ra cách giải quyết tối ưu, hay để cách tân. Những kỹ năng này quan trọng và có giá trị gấp nhiều lần hơn kiến thức chuyên môn. Edward Ray, Viện trưởng Đại học Oregon (2013) đã viết rằng "trong cuộc đời làm việc của một người, ít nhất sẽ phải thay đổi từ 6 tới 10 nghề khác nhau, và những sinh viên theo học chuyên ngành tự do là những người dễ thích nghi nhất với hoàn cảnh mới."

Bản phúc trình của AACU đã làm sáng tỏ thêm sự ngộ nhận về giá trị thực sự của giáo dục tự do và nhân văn. Xét về phương diện ngắn hạn thì quả những tân khoa cử nhân giáo dục tự do vẫn phải lép vế trước những cử nhân chuyên ngành khác khi tìm việc làm, nhưng không thể qua đó mà kết luận những ngành học nhân văn là "vô dụng." Hơn nữa, hệ thống đại học của Mỹ, như đã trình bày ở trên, vẫn bảo tồn những ngành học truyền thống và cổ điển, tối thiểu ở chương trình cơ bản (core curriculum), và luôn mở rộng cửa cho nghiên cứu sinh ở bậc sau đại học để nghiên cứu và thiết lập những kiến thức mới.

Kết luận

Nền giáo dục tự do bắt nguồn từ cổ Hy-lạp và để phục vụ cho những người "tự do" trong xã hội Hy-lạp thời ấy. Mục đích chính của giáo dục tự do là để phát triển tâm trí và những sinh hoạt hướng thượng đưa tới hạnh phúc và con người toàn diện (well-rounded). Sau khi được La-mã tiếp thu và du nhập sang Âu châu thời Trung cổ, giáo dục tự do là mô hình chính để đào tạo con người cho đến khi bị những mô hình học thuật vị nhân sinh gần như thay thế hẳn. Tại Mỹ, ngược lại, giáo dục tự do được thành hình đầu tiên, trước khi nước Mỹ được thành lập, và là mô hình chủ đạo cho giáo dục bậc đại học, cũng chú trọng vào đào tạo và phát triển con người toàn diện. Giáo dục tự do tại Mỹ được bảo tồn và phát triển song song với nền giáo dục thực dụng được phát triển sau này vì những lý do kinh tế, và chính trị. Điểm đặc biệt quan trọng khiến cho giáo dục tự do tại Mỹ vẫn phát triển trong suốt mấy trăm năm qua là cấu trúc hệ thống đại học của Mỹ–chương trình cử nhân vẫn bao gồm những môn học cơ bản bắt buộc trước khi học chuyên môn, và chương trình hậu đại học dành cho nghiên cứu. Các nước Âu châu hiện cũng đang tìm cách cải tổ nền giáo dục đại học hầu khôi phục lại những ngành học thuộc nhân văn và khoa học xã hội.

Cuộc tranh luận gay gắt diễn ra trong vòng vài thập niên trở lại giữa học thuật vị học thuật và học thuật vị nhân sinh tại Mỹ vẫn còn đang tiếp tục và hầu như chỉ dùng lợi tức làm tiêu chí duy nhất để đánh giá. Tuy nhiên, giá trị đích thực của giáo dục tự do và nhân văn nằm ở chỗ đào tạo và phát triển con người toàn diện, có khả năng thích nghi và thăng tiến trong nền kinh tế đang thay đổi nhanh chóng và trở nên toàn cầu hóa.

Tài liệu tham khảo

AACU. (2014). Liberal arts and employment: Setting the record straight. Retrieved from https://www.aacu.org/sites/default/files/files/LEAP/nchems.pdf

Archibald, K. (2008). Leisure time and human happiness. *Perspective.* Retrieved from https://www.byui.edu/Documents/instructional_development/Perspective/V8n2PDF/v8n2_Archibald.pdf

Cartwright, M. (2013). Greek Society. *Ancient History Encyclopedia.* Retrieved from http://www.ancient.eu/article/483/

Grasgreen, A. (2014). Liberal arts grads win long-term. *Inside Higher Ed.* Retrieved from https://www.insidehighered.com/news/2014/01/22/see-how-liberal-arts-grads-really-fare-report-examines-long-term-data

Guttenplan, D. D. (2013). In Britain, the return to the idea of liberal arts. New York Times, May 12, 2013. Retrieved from http://nyti.ms/12j3LRZ

NCES (National Center for Education Statistics). (2016). *Digest of Education Statistics, 2014* (NCES 2016-006). Retrieved from https://nces.ed.gov/fastfacts/display.asp?id=84

Nugent, S. (2015). The liberal arts in action: past, present, and future. *Council for Independent Colleges.* Retrieved from http://www.cic.edu/meetings-and-events/Other-Events/Liberal-Arts-Symposium/Documents/Symposium-Essay.pdf

Perrin, C. A. (2011). The seven liberal arts. *Clasical Academic Press.* Retrieved from www.ClassicalAcademicPress.com

Ray, E. (2013). The value of a liberal arts education in today's global marketplace. *The Huffington Post.* Retrieved from http://www.huffingtonpost.com/edward-j-ray/the-value-of-a-liberal-arts-education_b_3647765.html

Sadove, S. (2014). Employees who stand out. *Forbes*. Retrieved fromhttp://www.forbes.com/sites/realspin/2014/09/05/employees-who-stand-out/#6c64b5874156

Wender, M van der. (2011). The Emergence of liberal arts and sciences education in Europe: A Comparative perspective. *Higher Education Policy,* Number 2. Retrieved from http://www.palgravejournals.com/hep/index.html).

Yale Daily News. (2008). *The insider's guide to the colleges: 2008*. New York: St. Martin's Griffin.

Zakaria, F. (2015). *In defense of a liberal education*. New York, N.Y: W.W. Norton & Company, Inc.

TƯ DUY PHÊ PHÁN

Nhập đề

Trong khoảng vài thập niên gần đây, *tư duy phê phán* (critical thinking) đã trở thành một thuật ngữ được những nhà giáo dục tại Mỹ chú ý một cách đặc biệt và kêu gọi nền giáo dục tại Mỹ phải cải cách để đưa kỹ năng này vào trong phương pháp giảng dạy trong học đường. Không những chỉ tại Mỹ, phong trào tư duy phê phán cũng ảnh hưởng sang các nước Âu châu và Á châu (Paul, 2012). Trong tiếng Việt chưa có từ dịch "critical thinking" được mọi người chấp nhận, vì từ *phê phán* trong tiếng Việt thường mang nghĩa xấu; tuy nhiên theo tự điển Hán Việt của Đào Duy Anh, thì từ phê phán còn có nghĩa là phân định, bình phẩm, xét đoán; còn VIệt Nam Tân Tự điển của Thanh Nghị (1967) thì từ phê phán có nghĩa là xét đoán. Người viết dùng nghĩa phê phán theo Đào Duy Anh và Thanh Nghị để dịch tứ "critical" sang phê phán. Tư duy phê phán không những chỉ là kỹ năng mà đã trở thành một ngành học chính quy tại các đại học của Mỹ và Canada (Walton, 1989). Thế nhưng trong cả mấy chục năm qua, *tư duy phê phán* hầu như không được học giới chú trọng đến và mãi đến gần đây vẫn chưa đồng ý với nhau về thế nào là tư duy phê phán, dù có chung một vài điểm tương đồng, cũng như đề xuất được một phương pháp khả thi nhất để đào luyện kỹ năng này trong học đường.

Những giáo sư đại học (Mỹ) vẫn thường than thở là sinh viên của họ không có kỹ năng tư duy phê phán, như thể kỹ năng này là một điều đương nhiên mà sinh viên phải biết, mà quên rằng đó là một kỹ năng cần phải được truyền thụ ngay từ những năm học ở cấp dưới. Bài viết dưới đây sẽ trình bày sơ lược lịch sử hình thành, quá trình phát triển và sự quan trọng của ngành nghiên cứu về tư duy phê phán từ thập niên 1970; sau cùng là vài đề nghị về phương thức phát triển và đào tạo kỹ năng này trong học đường và trong đời sống thường nhật.

Sơ lược về quá trình phát triển kỹ năng tư duy phê phán

Cách đây gần 2500 năm tại Hy-lạp, những trường phái triết học đã phát triển rất mạnh mẽ. Những triết gia và biện sĩ đi rao truyền và giảng dạy triết thuyết của mình, nào là những triết phái khắc kỷ (stoicism), hưởng lạc (epicureanism), hoài nghi, thần bí, vân vân. Trong số những triết gia này, ngoài những triết gia lỗi lạc, còn có những kẻ mệnh danh là "triết gia." Tại Hy-lạp có một ngôi đền ở Delphi, tương truyền là nơi mà Chúa Tể vũ trụ (Zeus) cư ngụ. Thần thánh vẫn thường giáng cơ tại ngôi đền này để trả lời những câu hỏi của thế nhân. Để trả lời câu hỏi "Ai là người thông thái nhất Hy-lạp?", cơ đã giáng câu trả lời: "Socrates là người thông thái nhất Hy-lạp." Những nhà thông thái, triết gia khác đến hỏi Socrates có phải ông là người thông thái nhất không, thì Socrates trả lời: "Tôi không biết gì hết. *Tôi chỉ biết là tôi không biết.*" Và đó chính là sự khởi đầu của tư duy phê phán, khi Socrates tự đặt cho mình những câu hỏi để bảo đảm là mình đã hiểu thấu đáo vấn đề, hay có những vấn đề mà chính mình còn hồ nghi, không chắc chắn. Socrates đã áp dụng phương pháp "vấn-đáp" với những thức giả mà ông gặp để thỉnh ý họ về những điều ông còn không rõ, và kết quả là những người đó cũng không thật sự là hiểu biết đến nơi đến chốn. Kết quả này đương nhiên làm cho nhiều người khó chịu, vì họ không chịu nhận là mình "dốt," và sự căm ghét này là nguyên nhân đưa đến việc kết án tử hình Socrates vào năm 339 TCN, vì tội đầu độc tư tưởng thanh niên.[1]

Quá trình phát triển từ thập niên 1970s

Dù các nhà giáo dục đều nhận thức được tầm quan trọng của kỹ năng tư duy phê phán, nhưng cho đến thập niên 1970, chưa có một sự nghiên cứu nghiêm túc và có hệ thống nào về kỹ năng tư duy phê phán tại Mỹ. Kể từ thập niên 1970 đã có ba đợt sóng nghiên cứu về tư duy phê phán và những ứng dụng của kỹ năng này trong giảng dạy tại đại học Hoa Kỳ (Paul, 2012).

---

[1] Vụ xử án Socrates được Plato thuật lại trong "Biện giải" (Apology) [*Ngày cuối trong đời* Socrates–Đỗ Khánh Hoan dịch, Học Viện Công Dân xuất bản 2013] trong đó Socrates tự biện hộ cho mình trước một bồi thẩm đoàn 500 người về những lời cáo buộc ông về tội báng bổ thần thánh và đầu độc tư tưởng thanh niên.

Đợt sóng thứ nhất về nghiên cứu và thực hành Tư duy Phê phán (1970-1982). Đợt sóng này chú trọng vào luận lý học và triết học, cũng như tương quan giữa ngôn ngữ và luận lý. Những nhà giáo dục trong thời kỳ này đề nghị sinh viên khi vào đại học phải học qua một khóa căn bản về tư duy phê phán. Khoá học này theo Hệ thống Giáo dục Cao đẳng và Đại học của California có những mục đích sau: "để rèn luyện kỹ năng phân tích, phê bình, đề xuất ý tưởng, lý luận suy diễn và quy nạp…Kết quả tối thiểu sau khóa học là khả năng phân biệt sự khác nhau giữa sự kiện và phán đoán, kiến thức và niềm tin, và những kỹ năng trong tiến trình luận lý suy diễn và quy nạp, cùng sự hiểu biết về những sự ngụy biện trong ngôn ngữ và tư tưởng" (Paul, trg.2).

Mục đích thì cao cả như vậy, nhưng trong thực hành thì kết quả không được như mong đợi. Với thực tế là trong một khóa học ba-tín-chỉ,[1] người sinh viên đại học năm đầu tiên chỉ có thể được "giới thiệu" đến những khái niệm về tư duy phê phán chứ đừng nói đến thực hành và đạt được khả năng phân tích, lý luận, cùng nhận định những sự ngụy biện; đó là chưa kể đến việc đa số sinh viên năm đầu chưa được học

[1] Khoá học ba-tín-chỉ có nghĩa là một tuần học ba giờ, tức là một giờ vào những ngày thứ Hai, thứ Tư, và thứ Sáu, hay một giờ 30 phút vào những ngày thứ Ba và thứ Năm trong tuần (trong suốt học kỳ).

qua về luận lý học hình thức hay phi-hình thức.[1] Một khuyết điểm trầm trọng của *đợt sóng thứ nhất* là sự quá chú trọng vào việc dạy kỹ năng tư duy phê phán mà quên đi việc ứng dụng vào những môn học khác (Paul, 2012).

Đợt sóng thứ hai về nghiên cứu và thực hành Tư duy Phê phán (1980-1993). Sau khi nhận thức được những khiếm khuyết của đợt sóng thứ nhất, một số nhà nghiên cứu đề nghị phương thức mới với trọng tâm khác về tư duy phê phán. Thay vì soạn một khóa học về tư duy phê phán riêng rẽ thì chuyển sang làm thế nào để kết hợp được tư duy phê phán vào trong giảng dạy cho mọi môn và mọi cấp lớp. Rủi thay, những nhà nghiên cứu thuộc đợt sóng thứ hai cũng không nắm vững cách kết hợp tư duy phê phán vào trong giảng dạy các môn và các cấp, mà mỗi người theo một cách. Thêm vào đó, môn luận lý học phi-hình thức—đã được dùng thay thế cho luận lý học hình thức trong đợt một—vẫn còn là một môn học chuyên môn và tính áp dụng vào những hoạt động của con người vẫn chưa được phát triển đúng

---

[1] Luận lý học hình thức (formal logic) dạy cách sử dụng biểu tượng (symbol) để thiết lập mệnh đề, cấu trúc mệnh đề, và luận lý suy diễn: nếu đã chấp nhận giả thuyết, thì phải công nhận kết luận (tam đoạn luận là một thí dụ điển hình của luận lý suy diễn). Luận lý học hình thức hầu như chỉ được sử dụng trong bối cảnh hàn lâm, thuần lý thuyết. Luận lý học phi-hình thức, ngược lại cũng áp dụng một số những nguyên tắc của luận lý học nhưng áp dụng trong bối cảnh "đời thường" hơn là hàn lâm.

mức. Trong giai đoạn này nhiều phương thức "mới," được bảo đảm là hữu hiệu mọc lên như nấm, nhưng chỉ toàn là những phương thuốc "quick-fixed" (đau đâu chữa đấy) (Paul, 2012). Dĩ nhiên, "đau đâu chữa đấy" không thể là một giải pháp hữu hiệu, và đợt sóng thứ hai bắt đầu thoái trào, nhường cho đợt sóng thứ ba.

Đợt sóng thứ ba về nghiên cứu và thực hành Tư duy Phê phán (1990-hiện tại). Trọng tâm của những nhà nghiên cứu thuộc đợt sóng thứ ba có thể được tóm tắt như sau: (a) tổng hợp những nghiên cứu của hai đợt sóng trước, (b) phát triển một hệ thống lý thuyết về tư duy phê phán nghiêm cách và toàn diện, (c) lưu tâm đến vai trò của tình cảm và giá trị trong tư duy, (d) tổng hợp những nghiên cứu thực nghiệm của khoa tâm lý học nhận thức vào lý thuyết tư duy phê phán, và (e) phát triển những phương thức đánh giá (thi) kỹ năng tư duy phê phán.

Định nghĩa Tư duy Phê phán

Sau khi điểm qua quá trình phát triển của những nghiên cứu về tư duy phê phán tại Mỹ, câu hỏi ta phải tự đặt ra: "Thế thì tư duy phê phán là gì?" Theo một nghiên cứu của Geng (2014) đã có tới 64 định nghĩa khác nhau về tư duy phê phán. Nhưng dù có khác nhau tất cả những định nghĩa này đều có một số điểm chung như *phân tích, tổng hợp, phán đoán, đánh giá,* và *tư duy phản tư.*[1] Dưới đây là một số định nghĩa được sử dụng rộng rãi nhất trong học giới hàn lâm cũng như trong thực hành. Robert Ennis và Richard Paul là hai trong số những học giả và nhà nghiên cứu về tư duy phê phán có nhiều đóng góp nhất trong ngành học này. Ennis (1987) đưa ra *khái niệm* tư duy phê phán như sau: "sự suy niệm hợp lý tập trung vào việc quyết định nên tin điều gì hay làm điều gì." Viện Đại học Louisville, Kentuckey đã chọn định nghĩa về tư duy phê phán sau đây của Paul và Scriven:

> Tư duy phê phán là một tiến trình tư duy tích cực và thành thạo trong việc khái niệm hóa, phân tích, tổng hợp, và đánh giá những tin tức thu nhận được từ sự quan sát hay do kinh nghiệm, suy niệm, lý luận, hay giao tiếp [với các nguồn tin khác] để hướng dẫn hành động và sự tin tưởng.

Từ định nghĩa này, Richard Paul và Linda Elder, một nhà tâm lý học, đề ra một cấu trúc cơ bản vẫn thường được gọi chung là cấu trúc Paul-Elder, cho việc giảng dạy và đào tạo kỹ năng tư duy phê phán, gồm có ba phần: (a) phân tích tư duy, (b) đánh giá tư

---

[1] Tư duy phản tư (reflective thinking) là một khái niệm và thuật ngữ do John Dewey đề xướng gồm có những đặc tính sau đây: (a) một tiến trình tìm ý nghĩa và quan hệ giữa những ý tưởng và kinh nghiệm từ cá nhân đến xã hội; (b) một sự suy tư có hệ thống, phương pháp, nghiêm túc và khoa học; (c) sự suy tư trong mối tương quan và tương tác với người khác; và (d) thái độ trọng thị trước sự phát triển tri thức của chính mình và người khác.

duy, và (c) cải thiện tư duy. Thêm vào đó, Đại học Quản trị Tham mưu của Lục quân Mỹ (Army Management Staff College–AMSC) đưa ra định nghĩa dựa theo những nguồn tài liệu trên, như sau (Eichhorn, 2014):

> Tư duy phê phán được AMSC định nghĩa là một sự tư duy có kỷ luật, tự định hướng, phản ảnh một trình độ cao về kỹ năng và khả năng tư duy—tư duy về sự tư duy của chính mình trong lúc suy tư để làm cho sự tư duy của mình trở nên tốt hơn.

Người viết sẽ dùng khái niệm sau đây của Paul-Elder làm định nghĩa cho tư duy phê phán: "tư duy phê phán là khả năng suy tư về chính sự suy nghĩ của mình, nhằm nhận ra điểm mạnh cũng như yếu trong tư tưởng của mình và qua đó cải thiện sự suy nghĩ của mình cho tốt hơn."

Ai cũng có khả năng tư duy, nhưng không hẳn ai cũng có kỹ năng phê phán. Tư duy phê phán là những kỹ năng cần phải được đào luyện và thực tập nhuần nguyễn thì mới trở nên điêu luyện được. Những kỹ năng đó là: phân tích, tổng hợp, và đánh giá, không những về tư duy của người khác mà còn của chính mình. Nói một cách khác những kỹ năng phân tích, tổng hợp, và đánh giá là những kỹ năng cần được phát triển và đào luyện cho thành thục.

Nếu ta đơn giản hóa những từ ngữ phức tạp trong những định nghĩa hàn lâm của tư duy phê phán, thì còn lại là những kỹ năng mà ai cũng có thể học và tập được từ khi còn học tiểu học, và điều này dẫn ta trở lại với bảng phân loại trình độ tư duy của Benjamin Bloom, một trong những nhà giáo dục hàng đầu của Mỹ, đề ra từ năm 1956.

Kỹ năng Tư duy Phê phán & Trình độ Tư duy theo Benjamin Bloom

Theo Bloom, những mục tiêu giáo dục của con người có thể được phân loại thành ba lãnh vực: nhận thức (cognitive), tình cảm (affective), và tâm-thể (psychomotor); những lãnh vực này vẫn thường được mô tả nôm na là "biết/đầu", "cảm/tim", và "làm/tay." Trong ba lãnh vực này có sáu mức độ tư duy từ thấp đến cao, đánh số từ 1 đến 6: (1) Kiến thức (biết); (2) Thông hiểu; (3) Áp dụng; (4) Phân tích; (5) Tổng hợp; và (6) Đánh giá. Đến thập niên 1990s, Lorin Anderson (một sinh viên của Bloom) cùng một số nhà tâm lý học về nhận thức, đề nghị một bản phân loại mới cũng tương tự như của Bloom, nhưng dùng động từ thay vì danh từ (xem biểu đồ bên dưới). Theo bản phân loại mới thì trình độ 5 "tổng hợp" của bản cũ trở thành trình độ 6 "sáng tạo," và trình độ 6 (cũ), trở thành trình độ 5 (mới).

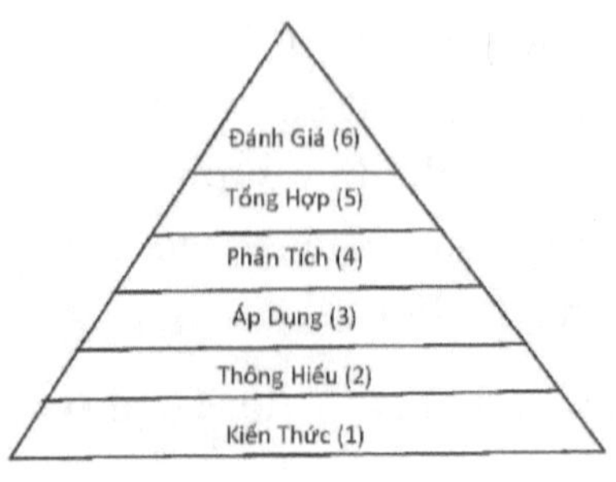

Bản Phân loại theo Bloom

Bloom-Anderson

Như thế, có nghĩa là những kỹ năng cần phải có để phát triển tư duy phê phán đã nằm sẵn trong bảng liệt kê trình độ tư duy của Bloom từ năm 1956 rồi. Mặc dù Bản Phân loại của Bloom vẫn được giảng dạy tại các trường sư phạm của Mỹ, tuy nhiên, không hiểu vì lý do gì, mà những kỹ năng này không được thầy/cô, sau khi ra trường, giảng dạy cho học trò một cách rộng rãi trong học đường. Thực ra, những kỹ năng tư duy thuộc về loại "cao cấp" (từ tầng thứ 4 trở lên), đều có thể được giảng dạy từ tiểu học, cho mọi môn học. Giả sử trong một giờ học về lịch sử lập quốc của Việt Nam (lớp hai hay ba), thầy/cô có thể hỏi học sinh, sau khi giảng về câu chuyện Lạc Long Quân và Âu Cơ, có bao nhiêu người trong câu chuyện đó và họ liên hệ với nhau như thế nào (phân tích). Trong những môn như Sinh Vật (Vạn Vật dưới thời Việt Nam Cộng Hòa), thì còn dễ dạy cho học sinh kỹ năng phân tích hơn nữa. Dĩ nhiên, tùy theo trình độ của học sinh mà thầy/cô đặt câu hỏi hướng dẫn cho phù hợp. Trong phần bài tập cũng vậy, luôn luôn có câu hỏi để học sinh ghi lại phần phân tích đã thảo luận trong lớp. Các kỹ năng khác như tổng hợp, và đánh giá cũng được thực hiện tương tự. Bloom cũng đề ra một số từ khóa cơ bản để giúp thầy/cô kiểm tra sự tiếp thu và mức độ thông thạo của học sinh tại mỗi tầng tư duy, theo biểu dưới đây:

	Trình độ	**Từ khóa tiêu biểu (để kiểm tra học sinh)**
6	Đánh giá	Nhận xét, đánh giá, phê bình (tình huống, tác phẩm, v.v.), đưa ra những đề nghị, tiên đoán, chứng minh, và lập luận dựa trên những dữ kiện cụ thể đã được phân tích và tổng hợp ở hai tầng dưới.
5	Tổng hợp/Sáng tạo	Kết hợp các phần tử có quan hệ thành một tổng thể, soạn thảo một chương trình (âm nhạc, văn học, thi ca, điện toán, v.v.), thiết kế, lập giả thuyết, hệ thống hóa…

4	Phân tích	Phân loại, so sánh, đối chiếu, diễn dịch, khảo sát, phân biệt…
3	Áp dụng	Ứng dụng (công thức hay bài học vào hoàn cảnh khác), chứng minh, giải quyết vấn đề, minh họa, tính toán, sử dụng, thí nghiệm…
2	Thông hiểu	Tóm tắt nội dung, giải thích, trình bày lại bằng những từ khác, thuyết trình, thảo luận, nhận biết các yếu tố…
1	Kiến Thức/Nhớ	Mô tả, liệt kê, kể lại, học thuộc lòng, định nghĩa…

Toàn bộ bảng phân loại trình độ của Bloom, như đã trình bày, hệ thống hóa tiến trình tư duy của con người từ thấp tới cao, và những kỹ năng này có thể, và phải, được giảng dạy cho học sinh từ cấp tiểu học cho đến trung học trong tất cả mọi môn học. Tại Mỹ các môn học của học sinh từ tiểu học đến trung học được chia thành ba ngành chính: ngôn ngữ (language arts) bao gồm ngôn ngữ và văn chương; khoa học nhân văn/xã hội (social studies) bao gồm các môn như lịch sử, địa lý, chính trị, xã hội, công dân; và toán/khoa học tự nhiên. Trong tất cả những môn học này, tùy theo cấp lớp của học sinh, thầy/cô đều có thể dạy ở "trình độ cao" (bốn, năm và sáu).

Thêm vào đó, học sinh, từ cấp trung học đệ nhị cấp (cấp 3 bây giờ), nên được dạy về luận lý học. Người viết còn nhớ khi lên đến lớp 12 (trước 1975), học sinh bắt đầu được học về triết học. Ban B (ban Toán) được học các môn luận lý học và đạo đức học. Ở trình độ này học sinh có thể tiếp thu được căn bản của luận lý học hình thức, thí dụ, mệnh đề, tiền đề, giả thuyết, kết luận, luật suy diễn và quy nạp, v.v…Tất cả những kiến thức về luận lý học giúp học sinh lớp 12 nhận diện được những gì là hợp lý và những gì là ngụy biện, dĩ nhiên chỉ ở trình độ sơ cấp. Xin được mở một dấu ngặc ở đây là chương trình trung học của Mỹ không dạy môn triết học và lên đại học, thì môn này lại là môn nhiệm ý (elective). Sinh viên có thể tùy ý chọn môn nào mà họ thích để học cho đủ tín chỉ.

Tại sao phải cần có tư duy phê phán?

Ta có thể liệt kê vài lý do chính về sự quan trọng và cần thiết của tư duy phê phán:

Thứ nhất, trong học đường. Học không phải chỉ để biết. *Biết* là tầng thấp nhất của sự học. Đó chỉ là những kiến thức chết, và nếu học chỉ để biết thì đó là "học vẹt." Khổng Tử đã đề ra những bước cần thiết trong việc học cách đây cả hàng ngàn năm, như sau:

"Bác học chi, thẩm vấn chi, thận tư chi, minh biện chi, đốc hành chi,"[1] có nghĩa là học cho rộng, hỏi cho kỹ, *suy nghĩ* cho cẩn thận, *phân tích* cho rõ ràng, và *thực hành* cho rốt ráo. Một sự học đầy đủ phải gồm tất cả những bước kể trên. Những bước học do Khổng Tử đề ra cũng tương đương với Bản phân loại của Bloom. Sự học, chỉ có thể tiến xa và lên cao được, nếu và chỉ nếu học sinh được trang bị những kỹ năng tư duy phê phán này, và lúc đó mới có hy vọng phát triển được bản thân và đóng góp được cho học thuật và xã hội.

Thứ hai, trong công việc. Trong xã hội nông nghiệp và những nước chưa phát triển kỹ nghệ, công việc tương đối dễ dàng, cứ theo truyền thống mà làm. Nhưng trong xã hội kỹ nghệ và công nghiệp, trong hầu hết những lãnh vực nghề nghiệp, nhân viên buộc phải có tư duy phê phán hầu có thể "xử lý" nhiều nguồn thông tin lắm lúc trái ngược nhau và đưa ra những quyết định đúng đắn.

Thứ ba, trong đời sống cá nhân. Xã hội ngày nay là một xã hội đang "bùng nổ" về thông tin. Có quá nhiều phương tiện truyền thông, nào là truyền hình, truyền thanh, rồi đến mạng lưới toàn cầu, rồi mạng xã hội (nào là Facebook, Twitter, v.v...), rồi điện thoại di động truyền tải thông tin. Hàng ngày chúng ta "bị" vô vàn tin tức tấn công theo nhiều kiểu, nhiều

---

[1] Đoàn Trung Còn (2006). *Tứ Thư: Trung Dung*, Chương 20, Nhà xuất bản Thuận Hoá, 2006.

cách. Để có thể trở thành những công dân có hiểu biết (informed)—để khỏi bị "lừa" bởi những quảng cáo không đúng sự thật, và bị "mị" bởi những sự nguỵ biện trong chính trị—tư duy phê phán là kỹ năng không thể thiếu của con người trong thời buổi hiện đại.

Phát triển & Đào luyện Kỹ năng Tư duy Phê phán

Bảng Phân loại của Bloom không những chỉ đưa ra một họa đồ chi tiết cho từng trình độ tư duy, mà còn đưa ra một phương thức để phát triển và đào luyện những kỹ năng cần thiết của tư duy phê phán. Có ba trình độ để phát triển và đào luyện kỹ năng này. Trước hết cần nhận định rõ rằng tư duy phê phán là những kỹ năng cần phải tập luyện, chứ không phải chỉ là những kiến thức cần được dạy. Thầy/cô phải đổi vai trò trở thành huấn luyện viên để huấn luyện (training) chứ không phải để dạy (teaching) học sinh nữa (xem thêm bài *Vài Suy nghĩ về Giáo dục của Nhóm Padeia).*

Trình độ thứ nhất có thể được giới thiệu ngay từ tiểu học: thầy/cô dùng phương pháp "vấn-đáp" (Socratic method) để huấn luyện kỹ năng phân tích từ trình độ đơn giản; thí dụ, có bao nhiêu (người, vật, sự kiện…); những (người, vật, sự kiện,…này có liên hệ với nhau như thế nào). Sự phân tích này có thể được bắt đầu ngay từ lớp hai hay lớp ba. Ở trình độ cao hơn, học sinh có thể được hướng dẫn để phân biệt sự khác biệt giữa sự kiện (fact) và ý kiến (opinion), hay trả lời những câu hỏi, như "việc này/câu chuyện này tương tự như....", "có thể có kết quả nào khác hơn không?", "nếu yếu tố X không xảy ra thì kết quả sẽ như thế nào?" (Reddington, 2012).

Thêm vào đó, câu đố (brain teaser) cũng là một phương pháp hữu hiệu để luyện kỹ năng phân biệt giữa giả thuyết vẫn thường tiềm ẩn khi chúng ta lập luận. Thí dụ các câu đố sau đây (Reddington):

1. Anh quốc có ngày 4 tháng Bảy không?
2. Hai người chơi 5 ván cờ. Mỗi người thắng cùng một số ván. Không có ván cờ huề.
3. 7 tháng có 31 ngày, 11 tháng có 30 ngày. Có bao nhiêu tháng có 28 ngày?

Trả lời:

1. Khi hỏi một người Mỹ câu số 1, thì ngày 4 tháng Bảy là ngày Lễ Độc lập của Mỹ, nên thường câu trả lời là Anh quốc không có ngày 4 tháng Bảy. Câu trả lời này sai vì ý tưởng ngày 4/7 trong tâm trí người Mỹ vẫn được gán cho Lễ Độc lập (giả thuyết tiềm ẩn); thực ra, nước nào mà chẳng có ngày 4/7!
2. Cách đặt vấn đề khiến cho người nghe *mặc nhiên giả định* là hai người này chơi với nhau. Nhưng điều này có thể xảy ra khi hai người này chơi với hai người khác.
3. Khi nghe nói đến tháng có 28 ngày là ta *liên tưởng* ngay đến tháng Hai và trả lời là

có 1 tháng có 28 ngày. Nhưng thực ra tháng nào trong năm cũng có 28 ngày.

Có rất nhiều trang web chuyên về sử dụng câu đố trong giáo dục. Một số trang tiêu biểu như sau: Teach-nology: www.teach-nology.com , Fit Brain http://www.fitbrains.com/blog/friday-fun-brain-teasers/, Brainden: www.brainden.com, và www.educationworld.com

Học sinh trung học đến lớp 12 có thể được dạy về luận lý học căn bản (chương trình ban B lớp 12 trước 1975) và được học và tập với luận lý học hình thức từ việc thành lập những mệnh đề đến phản đề, phương pháp suy diễn và quy nạp, v.v… Lớp học căn bản này là nền tảng và giới thiệu học sinh khi lên đại học để có thể lãnh hội và áp dụng được kiến thức của khoá học về logic trình độ đại học (đề nghị là môn học bắt buộc của sinh viên đại học).

Tất cả những hoạt động để rèn luyện kỹ năng tư duy phê phán vừa kể đều có thể được hướng dẫn từ tiểu học đến trung học, và phải được rèn luyện cho học sinh ngay từ nhỏ, chứ không đợi cho đến lớn rồi than thở là tại sao học sinh không biết suy nghĩ. Một số đề nghị là kỹ năng này phải được chính thức đặt vào chương trình giáo dục, và nếu được thì phải dành hẳn cả một môn học (1 tiếng/tuần). Còn nếu không được (vì nhiều lý do, nhưng lý do vẫn được viện dẫn nhiều nhất là chương trình bị quá tải), thì thầy/cô phải chú tâm và dành một số phút trong mỗi tiết học để đào luyện cho học sinh kỹ năng này (chú trọng vào phân tích và tổng hợp trước, rồi sau đến đánh giá và thẩm định).

Ở trình độ cao hơn, học sinh còn cần phải được dạy cách *nghĩ về sự suy nghĩ của chính mình* (tư duy phản tư), và tập thành một thói quen. Kỹ năng này khó đào luyện hơn là phân tích và đánh giá thông tin hay lập luận của người khác, vì phần lớn chúng ta bị ảnh hưởng bởi sự chủ quan của mình và bị chính những sự chủ quan này làm cho lầm lẫn, đưa đến những quyết định sai lầm. Hai giáo sư Neustadt và May trong cuốn sách kinh điển để huấn luyện cho nhân viên bộ ngoại giao hay viên chức trong chính quyền Mỹ, mang tựa đề *Thinking in Time* (1986) đã đưa ra một công thức đơn giản nhưng hữu hiệu như sau: (1) liệt kê những điều gì đã biết, tức sự kiện ("known"), và những điều chưa rõ ("unclear"); (2) liệt kê những giả định (presumption); (3) tách rời những điều này thành ba cột riêng rẽ. Khi lập luận hay suy luận ta vẫn thường bị lầm lẫn giữa giả định (những điều ta mặc nhiên nghĩ là đúng) với những sự kiện (fact). Lee Iacoca, cựu chủ tịch tập đoàn Chrysler trong thập niên 1980s đã nói như sau: "Khi nói chuyện ta có thể không bị trách vì nói chuyện vớ vẩn hoặc mơ hồ, mà nhiều khi ta không để ý. Nhưng khi đã viết những ý tưởng xuống giấy, điều này khiến ta phải xem xét rành mạch và cụ thể. Làm như vậy khiến cho ta khó mà tự đánh lừa chính mình và người khác" (Neustadt & May, trang. 39). Tách rời được hai yếu tố này sẽ giúp cho sự suy nghĩ và lập kế hoạch được rõ ràng. Công thức này, tuy vậy, không phải là điều dễ thực hiện nhất là khi có quá nhiều thông tin liên quan đến vấn đề cần nghiên cứu.

Tuy nhiên, trong đời thường, điều đơn giản nhất và là bước đầu tiên mà tất cả chúng ta ai cũng có thể làm để phát triển kỹ năng tư duy phê phán là trả lời (tự trả lời hay hỏi lại) câu hỏi: "Điều đó có thực sự đúng không? Có bằng chứng gì làm căn bản cho thông tin đó không, nguồn tin đó có khả tín không?" Có rất nhiều người dùng lối lập luận dựa vào số đông (ad populum), thí dụ như "*nhiều người* tẩy chay món hàng đó!" nhưng nếu ta hỏi tiếp "nhiều người" cụ thể là bao nhiêu người, thì họ sẽ không trả lời được. Câu hỏi này cũng là câu hỏi căn bản để rèn luyện cho tư duy phản tư của chính mình.

Kết luận

Tóm lại, qua phần trình bày ở trên, ta thấy tư duy phê phán là những kỹ năng quan trọng mà những người công dân "hiểu biết" (informed) cần phải có để sinh hoạt một cách hữu hiệu trong đời sống xã hội và quốc gia. Dựa trên định nghĩa của Paul-Elder, "tư duy phê phán là khả năng suy tư về chính sự suy nghĩ của mình, nhằm nhận ra điểm mạnh cũng như yếu trong tư tưởng của mình và qua đó cải thiện sự suy nghĩ của mình cho tốt hơn," ta thấy tư duy phê phán là kỹ năng suy nghĩ ở trình độ cao, không những chỉ phân tích, nhận định, và đánh giá những thông tin hay lập luận đến từ nhiều nguồn khác nhau, mà còn là sự suy nghĩ chính về sự suy nghĩ của cá nhân mình. Điều này rất khó thực hiện, nhưng không phải là bất khả thực hiện. Bloom đã đề ra Bảng phân loại trình độ tư duy từ thấp đến cao và học sinh có thể và phải được học cũng như tập những kỹ năng này từ lúc còn học tiểu học. Nếu trong suốt quá trình học 12 năm, học sinh được đào luyện những kỹ năng này (trình độ 4, 5, và 6), thì khi lên đại học, sinh viên chỉ cần phát triển thêm trong những năm đầu đại học. Điều quan trọng là những kỹ năng này phải được đào tạo cho học sinh ngay từ khi còn nhỏ.

Tài liệu tham khảo

Eichhorn, R. (2014). Developing thinking skills: Critical thinking at the army management staff college. Retrieved from http://www.au.af.mil/au/awc/awcgate/army/critical/roy.htm

Ennis, R. (2013). The Nature of Critical Thinking: Outlines of General Critical Thinking Dispositions and Abilities. Retrieved from http://www.criticalthinking.net/longdefinition.html

Geng, F. (2014). A content analysis of the definition of critical thinking. *Asian Social Science; 10* (19), 124-128.

Neustadt, R. & May, E. (1986). *Thinking in time.* New York, NY: The Free Press.

Paul, R. (2012). Critical thinking: what every person needs to survive in a rapidly changing world. Tomales, CA: Foundation for Critical Thinking.

Reddington, D. (2012). Developing critical thinking skills in the ABE classroom. Retrieved from http://www.nhadulted.org/grants/A11_Developing_Critical_Thinking_Skills.pdf

Walton, D. (1989). Dialogue theory for critical thinking. *Argumentation* (3), 169-184.

PHƯƠNG PHÁP SƯ PHẠM CHO NGƯỜI LỚN

ANDRAGOGY

Nhập đề

Education là một từ có gốc từ tiếng La-tinh "educare" và "educere." Educare có nghĩa là nuôi dưỡng, uốn nắn, còn educere là hướng dẫn và phát triển những khả năng bẩm sinh. Hai từ này ghép lại và được Hán hóa thành "giáo dục." Vậy thì giáo dục gồm có hai phần, phần dạy (giáo) về tâm trí, và phần dưỡng (dục) tức là rèn luyện về thể chất và nhân cách. *Pedagogy* là một từ có gốc từ tiếng Hy-lạp, với ngữ căn *pais*, hay *paidos*, có nghĩa là sự giáo dục một đứa trẻ (ngữ căn này được dùng trong *pedagogy,* tức là khoa sư phạm, và *pediatrics*, tức là ngành nhi khoa). Chuyển sang Việt ngữ, ta có từ *sư phạm* là một ngành học nhằm đào tạo thầy cô giáo về cách dạy học cho trẻ em (ngành học này có các cấp như trường cao đẳng sư phạm và đại học sư phạm) từ mẫu giáo cho tới trung học. Hiểu theo nghĩa rộng, sư phạm là một khoa học về giảng dạy và lâu dần ta không còn phân biệt là mục tiêu chính của sư phạm là cách thức giảng dạy cho trẻ em. Trẻ em có những đặc điểm về tâm và thể lý khác với người lớn nên thầy cô phải nắm vững những phương pháp và đặc tính tâm lý này để truyền đạt kiến thức cho hữu hiệu;

những phương pháp sư phạm cho trẻ em gồm có cách thức dạy học truyền thống (thày đọc, trò chép, học thuộc lòng) hay, thí dụ như, phương pháp Montessori, một phương pháp dạy học qua đó học sinh được khuyến khích để phát triển khả năng nhận thức, tìm tòi kiến thức qua sự tự khám phá, và được tự do trong phạm vi giới hạn để làm những điều này. Phương pháp này được Maria Montessori đề xướng năm 1897 tại Ý dựa trên lý thuyết kiến thức do người học tự mình xây dựng qua kinh nghiệm (constructivism). Tiêu biểu cho khuynh hướng này là John Dewey, một nhà giáo dục hàng đầu của Mỹ. Một điểm ta cần lưu ý là trẻ em bị "bắt buộc" phải đi học, dù có muốn hay không, nên có rất nhiều trường hợp học sinh ngồi trong lớp nhưng tâm hồn để ở đâu đó bên ngoài lớp học.

Với sự phát triển của công nghệ, những kiến thức con người đã thủ đắc được chóng trở thành lỗi thời, và để đáp ứng lại những đòi hỏi này, người lớn cũng cần phải tự học tập, hay được huấn luyện để nâng cao khả năng của mình trước những yêu cầu mới của công việc. Phương pháp giảng dạy cho người lớn không thể theo dạng thức truyền thống cổ điển mà phải được thay đổi để phù hợp với *học viên* (learner, chứ không còn là học sinh nữa) hầu có thể mang lại hiệu năng cao nhất cho người học. Phương pháp sư phạm dành cho người lớn được gọi là *andragogy* (đọc là AN-druh-goh-jee) gồm có ngữ căn "andr" có nghĩa là người lớn và "agogos" có nghĩa là dẫn dắt, hướng dẫn (Smith, 2010). Bài viết này sẽ tìm hiểu về các đặc tính của andragogy và sự ứng dụng của phương pháp sư phạm này trong việc soạn thảo chương trình giáo dục cho người lớn.

Bối cảnh sự hình thành và phát triển phương pháp sư phạm cho người lớn (andragogy)

Phương pháp sư phạm cho người lớn được phát triển sau một thời gian dài, trước khi được công nhận là một ngành học trong những trường sư phạm như ngày nay. Ý tưởng và thuật ngữ "andragogy" được một giáo viên trung học người Đức tên là Alexander Kapp sử dụng lần đầu với từ Andragogik trong tiếng Đức, năm 1833 trong cuốn sách do ông soạn mang tựa đề "Những tư tưởng về giáo dục của Plato." Kapp lý luận rằng con người có nhu cầu học tập suốt đời, vì những giá trị đầu tiên của con người—phát triển bản thân (qua giáo dục), phát triển nhân cách, và khả năng mặc tưởng (self-reflection)—góp phần vào việc xác lập nhu cầu học tập này. Từ đó Kapp cổ vũ cho việc giáo dục huấn nghệ cho người lớn khi không còn ở tuổi học sinh nữa (Reischmann, 2004). Tuy nhiên, Kapp không đưa ra một định nghĩa chính xác và phát triển khái niệm này thành một lý thuyết giáo dục; thêm vào đó tại Âu châu thời bấy giờ là thời đại Khai sáng, nên nghệ thuật và học thuật nở rộ thành nhiều ngành, nhánh như "bách gia tranh minh," cho nên khái niệm andragogy không được học giới chú ý tới. Thế nên ý tưởng Andragogik của Kapp lại chìm vào quên lãng cho đến những năm trong thập niên 1920 của thế kỳ 20, khái niệm sư phạm cho người lớn được Eugen Rosenstock, một nhà khoa học xã hội người Đức giới thiệu trở lại và được lý thuyết hóa, nhưng vẫn chưa được hệ thống hóa thành một ngành sư phạm cho người lớn (Reischmann, 2004). Andragogy cũng bỗng dưng được chú trọng trở lại tại một số nước Âu châu như Thụy-sĩ, Nam-tư, và Hà-lan, nhưng vẫn chưa được hệ thống hóa thành một học khoa được giảng dạy tại các đại học nhằm huấn luyện giáo chức cho ngành sư phạm "dạy cho người lớn."

Khái niệm Andragogy tại các nước nói tiếng Anh còn phát triển chậm hơn nữa. Có lẽ người khởi đầu và cổ vũ cho phương pháp Andragogy tại Mỹ là Malcolm Knowles. Knowles kể lại là tại một cuộc hội thảo giáo dục tại Đại học Boston năm 1967, sau phần thuyết trình của Knowles, một nhà giáo dục người Nam-tư đến gặp và nói là những điều ông vừa trình bày thể hiện những khái niệm và cách thức giảng dạy cho người lớn. Knowles còn nói thêm là lúc đó ông chưa biết đến từ Andragogy có nghĩa là gì (Reichshman, 2004). Năm 1968, Knowles viết tiểu luận đầu tiên về Andragogy và phổ biến trong tạp chí chuyên đề tại Mỹ. Tuy nhiên, Andragogy cũng bị nhiều phê phán là không thực sự là một lý thuyết về giảng dạy cho người lớn. Vì Andragogy được hình thành trên những tiền đề hay giả thuyết mà những tiền đề này chưa được xác định tính chính xác và giá trị qua khảo sát thực nghiệm (Merriam, 2001). Trong những thập niên sau đó, Knowles dần dần hoàn thiện và phát triển Andragogy thành một lý thuyết và thực hành về giáo dục mà đối tượng là người lớn đã trưởng thành. Kể từ 1980 Andragogy được công nhận là một ngành học "chính quy" tại các trường đại học tại Mỹ, mặc dù trong các đại học tại Mỹ, từ Andragogy không được sử dụng để chỉ ngành sư phạm này, còn tại các nước Âu châu, như tại Đức chỉ có một trong 35 đại học, và một trong 26 nước Đông Âu là sử dụng từ Andragogy mà thôi (Reischmann, 2004).

Trước khi thảo luận về các đặc tính của Andragogy, có một vài thuật ngữ cần được định nghĩa rõ ràng. Thứ nhất, đó là (a) từ ngữ "người lớn" hay người đã "trưởng thành." Có ít nhất là bốn cách hiểu từ này: (1) theo nghĩa sinh lý học, một người được coi là trưởng thành khi thể chất đã qua thời dậy thì và đã có khả năng truyền giống; (2) theo nghĩa pháp lý, một người được coi là trưởng thành khi hội đủ một số điều kiện luật định nào đó, như tới tuổi đi bầu cử, lập gia đình mà không cần phải hỏi ý của ai; (3) theo nghĩa xã hội, một người được coi là trưởng thành khi bắt đầu có khả năng đảm nhiệm vai trò của người lớn: đi làm, làm chồng/vợ, làm cha mẹ; và (4) theo nghĩa tâm lý, một người trưởng thành là người đã có được khái niệm về bản thân, về trách nhiệm với bản thân, về định hướng của bản thân. Như thế, ta thấy một người tuy có thể trưởng thành về thể xác, nhưng vẫn có thể chưa trưởng thành về xã hội hoặc tâm lý. Về phương diện giáo dục, sự trưởng thành về tâm lý là yếu tố quan trọng nhất, vì chính nhờ ở yếu tố này mà người "trưởng thành" có khuynh hướng "tự thăng tiến" qua học tập và thu thập thêm kiến thức (Knowles, Holton III, & Swanson, 2005). Các thuật ngữ khác gồm: (b) học viên (learner), tức người trưởng thành đi học: thay vì dùng từ học sinh/sinh viên theo nghĩa thông thường. Trong lớp học dành cho người trưởng thành, học viên giữ vai trò chủ động trong việc học của họ, và (c) giảng viên/hướng dẫn viên (facilitator), tức thầy/cô giảng dạy: thay vì dùng từ thầy cô theo nghĩa thông thường. Người giảng viên giữ vai trò hướng dẫn và điều hợp lớp học cho mọi học viên tham gia vào các hoạt động của lớp, thay vì chỉ giảng bài và "truyền thụ" kiến thức cho học sinh. Một câu nói phổ thông trong ngành sư phạm cho người lớn là: "người thầy không còn là *sư phụ* đứng trên bục giảng nữa, mà là *hướng dẫn viên* đứng bên cạnh—not a sage on the stage, but the guide on the side).

Đặc tính của Andragogy-Lý thuyết về Giáo dục Người lớn

Khởi đầu, Knowles định nghĩa Andragogy vừa là một khoa học, vừa là một nghệ thuật nhằm giúp cho người lớn học, khác với ngành sư phạm cho trẻ con (Knowles, 1980). Nhưng định nghĩa này quá mơ hồ hầu như không thể đưa ra ứng dụng được. Như đã trình bày ở trên, Andragogy được Knowles (2005) phát triển thành một hệ thống lý thuyết dựa trên sáu tiền đề hay giả thuyết như sau:

1. *Nhu cầu cần biết:* học viên trưởng thành cần biết tại sao họ cần phải học và những ích lợi thu được trước khi tham gia một khóa học/huấn luyện; trong khi trẻ con không có lựa chọn này mà bị/phải đi học mặc dù không biết là học để làm gì. Một trong những nhiệm vụ của giảng viên, do đó, là giúp cho học viên nhận thức được nhu cầu *cần học* môn học đó là gì, tối thiểu cũng phải chỉ ra được giá trị của việc học nhằm gia tăng mức hữu hiệu trong việc làm hay để cải thiện phẩm chất của đời sống. Một phương thức hữu hiệu khác để nâng cao sự nhận thức này là qua những hoạt động mô phỏng theo thực tế cho học viên thấy được khoảng cách giữa hiện tại và tương lai họ muốn nhắm tới. Thực hiện Bảng *tự đánh giá năng suất* cũng là một trong những phương pháp giúp cho học viên tự nhận thức được giá trị hiện tại của họ. Thí dụ, học viên cần phải theo một khóa huấn luyện nâng cao nghiệp vụ, và sau khi thực hiện bản tự đánh giá họ nhận thức rõ ràng những ưu và khuyết điểm mà hiện tại họ đang có, và những gì cần có.

2. Học viên (trưởng thành) có *khả năng tự-nhận thức* (self-concept) là họ có trách nhiệm đối với những quyết định do họ chọn lựa về cuộc đời của mình, và khả năng tự-nhận thức này dẫn đến khả năng tự-định hướng (self-directed), cho nên họ không thích kẻ khác áp đặt chương trình huấn luyện

hay học tập này nọ. Đây là một điều rất quan trọng cần phải lưu ý khi "người thầy" bắt đầu "dạy" cho họ. Xin mở một dấu ngoặc ở đây là khi học viên bước vào một lớp học, họ vẫn có thái độ và kinh nghiệm quá khứ thụ động của học sinh, ngay cả giảng viên cũng vậy, và vô hình trung thái độ này làm cho việc học trở nên khó khăn hơn. Do đó, giảng viên phải làm cách nào để học viên cảm thấy họ là một bộ phận của tiến trình học tập tích cực này và sự chuyển tiếp từ học sinh thụ động sang học viên tích cực trở nên dễ dàng hơn.

3. *Vai trò của kinh nghiệm của học viên*. Học viên vào lớp mang theo với họ đủ mọi loại kinh nghiệm mà họ đã tích lũy. Ưu điểm của kinh nghiệm trong việc học là sự đối chiếu giữa thực tế (đã trải qua) và lý thuyết, giúp cho học viên có những giây phút "phản tỉnh" (À há, đúng là như vậy hay không phải như vậy). Đây là một ưu điểm nhưng cũng đồng thời là khuyết điểm, vì khi thu thập kinh nghiệm ta có khuynh hướng biến những kinh nghiệm này thành thói quen, định kiến, và tiên kiến trong tâm trí đến nỗi ta tự đóng cửa tâm trí của mình lại trước những ý tưởng, hay cách suy nghĩ mới. Một điểm quan trọng tế nhị nữa của vai trò của kinh nghiệm đối với học viên là kinh nghiệm đã đúc kết nên cá tính tự ngã của họ (self-identity). Thành thử khi giảng dạy cho người lớn, nếu kinh nghiệm của họ bị bỏ qua hay đánh giá nhẹ, thì họ sẽ cảm thấy bị xúc phạm.

4. *Tình trạng sẵn sàng đi học*. Học viên đi học vì họ đã sẵn sàng đi học để biết những điều cần biết hầu có thể ứng phó hữu hiệu hơn với những hoàn cảnh thực ngoài đời. Nói một cách khác học viên là những người muốn học, chứ không bị bắt buộc phải học. Thí dụ, một nhân viên cần phải học thêm vài chứng chỉ để có thể thăng tiến nghề nghiệp, hay phụ huynh trẻ có con đến tuổi dậy thì cần học cách dạy con như thế nào.

5. *Khuynh hướng học chú trọng vào chính mình hay chú trọng vào vấn đề* (self-centered, or problem-centered). Học viên khác với học sinh ở chỗ học sinh học chú trọng vào môn học, còn học viên chú trọng vào những vấn đề họ gặp phải trong đời thật và học cách ứng xử với chúng. Điểm quan trọng là khi học những kiến thức mới, hiểu biết, kỹ năng và giá trị mới, mức độ thu nhận của học viên hữu hiệu hơn, tốt hơn khi những kiến thức này được trình bày trong bối cảnh thực tế. Một thí dụ điển hình là chương trình giảm nạn mù chữ tại Mỹ trong những năm gần đây-theo báo cáo của Bộ Giáo dục và Viện Nghiên cứu về Đọc và Viết có 32 triệu người Mỹ, chiếm 14%, không biết đọc, biết viết và làm tính—đã thất bại thê thảm vì học viên bỏ cuộc. Kiểm tra lại người ta mới thấy là bản ngữ vựng dùng trong những chương trình *tiêu chuẩn* này không phải là những chữ học viên dùng hàng ngày mà là những từ vựng cao siêu ở đâu đó. Khi những sai lầm này được điều chỉnh và thay

đổi cho phù hợp và liên quan với đời thường của học viên thì kết quả cũng khác đi.

6. *Động lực*. Mặc dù học viên tham dự một khóa học vì những yếu tố ngoại tại như để thăng chức, tăng lương, đổi nghề tốt hơn, v.v., nhưng động lực mạnh nhất vẫn là những động lực nội tại như sự thỏa mãn trong công việc, nâng cao lòng tự tin, gia tăng chất lượng của cuộc sống, v.v. Kết quả nghiên cứu của Tough (1979) cho thấy *tất cả* những người trưởng thành bình thường đều có động lực để tiếp tục làm cho họ phát triển và lớn mạnh; nhưng động lực này vẫn thường bị cản trở bởi tư tưởng tiêu cực như là thiếu khả năng, thiếu cơ hội, thiếu thì giờ, v.v.

Ứng dụng của Andragogy trong những chương trình giáo dục nhất là hàm thụ hay trực tuyến

Knowles đã định nghĩa Andragogy là một khoa học và là một nghệ thuật, mà đã là một nghệ thuật thì không "nghệ nhân" giảng viên nào giống nhau, chưa kể đến thành phần học viên tham gia khóa học cũng đến từ nhiều quá khứ khác nhau cũng như về kinh nghiệm, tuổi tác, v.v. Cho nên người giảng viên cho học viên phải uyển chuyển để ứng dụng Andragogy trong lớp học. Birzer, một trong những nhà giáo dục chuyên về Andragogy đề nghị áp dụng Andragogy qua một chương trình sáu điểm trong ngày đầu khóa học như sau (Chan, 2010).

1. Tạo nên một lớp học (không nhất thiết phải là phòng ốc mà có thể là hàm thụ hoặc online) khang

trang thích nghi cho sự học (chỗ ngồi thoải mái, không nóng quá hay lạnh quá; lớp học hàm thụ không cần điều kiện này), nhưng online cần có giao diện dễ dàng cho người sử dụng:user-friendly), có không khí thoải mái về tâm lý cho sự học của học viên; cụ thể là sự tương kính và hợp tác giữa giảng viên và học viên (chứ không phải như giữa thầy và trò trong đó ông thầy có toàn quyền sinh sát).

2. Mời học viên cùng tham gia trong việc hoạch định kế hoạch học tập dựa trên mục tiêu của khóa học; kế hoạch học tập là một tiến trình, thí dụ như từ việc học một công việc (task-conscious) hay thu thập kiến thức chuyên biệt nào đó. "Sự học này cụ thể, trực tiếp, và tập trung vào một hoạt động cá biệt nào đó" (Smith, 2003), sang đến việc học kiến thức do giảng viên trình bày và hướng dẫn (Smith, 2003). Học viên cũng được khuyến khích để tham gia điều chỉnh "đề cương"[1] của khóa học, thí dụ điều chỉnh ngày thi cho thích hợp với đa số, v.v…

---

[1] Đề cương của khóa học tạm dịch từ "syllabus" của tiếng Anh. Trong hệ thống giáo dục cao đẳng và đại học của Mỹ, syllabus là một phần quan trọng của khóa học. Trong syllabus, giảng viên đề ra mục đích của khóa học (kiến thức, kỹ năng mà học viên phải thu thập được sau khóa học), những chương/bài cần phải học, bao nhiêu bài kiểm, bài thi, dự án, v.v…; sách giáo khoa và tài liệu cần dùng trong khóa học; giảng viên sẽ dạy theo phương thức nào; thời khóa biểu của khóa học (vào ngày giờ nào); chính sách của giảng viên về giờ giấc (đến lớp trễ, về sớm), vắng mặt, nộp bài trễ và chế tài nếu vi phạm. Đề cương

3. Giúp cho học viên xác định rõ khả năng của họ trong lãnh vực mà họ đang theo học.

4. Khuyến khích học viên tự xác định mục tiêu học tập của họ trong khóa học; thí dụ, áp dụng kiến thức về quản trị trong vai trò quản lý, hay áp dụng những kiến thức về tâm lý trong việc giáo dục trẻ em đang lớn, v.v…

5. Khuyến khích học viên xác định những nguồn tài liệu giúp họ đạt được mục tiêu học tập. Giảng viên có thể trợ giúp học viên trong việc này cũng như trong việc đưa ra một kế hoạch và cách thức hầu đạt được mục tiêu học tập.

6. Khuyến khích học viên tham gia vào việc đánh giá kết quả học tập.

Đặc điểm của phương pháp sư phạm Andragogy là phát huy khả năng tự chủ, kinh nghiệm, và sự chủ động của học viên. Do đó, giảng viên, ngoài phương thức cơ bản là giảng bài (lecture) có thể và nên dùng thêm những hoạt động hợp tác (collaborative activity) và những dự án mô phỏng thực tế ngoài đời trong suốt khóa học. Ngay cả trong phương thức giảng bài, không nên dùng một cách máy móc "thày

---

còn là một *giao ước* giữa giáo sư và sinh viên và mọi người cứ thế mà thi hành. Giáo sư không thể đổi ý và thay đổi "đề cương" một cách tùy tiện, nhất là về thang điểm.

đọc trò chép" mà là hướng dẫn học viên khám phá ra những kiến thức này.

Thế nào là hoạt động hợp tác? Hoạt động hợp tác hay còn gọi là làm dự án theo nhóm là phương thức học dựa trên bốn nguyên tắc: (a) học viên là đối tượng chính của việc học; (b) sự tương tác giữa các học viên là sự quan trọng hàng đầu; (c) làm việc theo nhóm là một hình thức học quan trọng; và (d) những phương thức mà nhóm tìm ra khi làm dự án nên được gom lại và trở thành một phần của kiến thức của khóa học. Hoạt động Hợp tác có rất nhiều hình thức khác nhau từ nhóm nhỏ chỉ gồm hai học viên, đến nhóm lớn hơn khoảng bảy hay tám người. Có hai loại hoạt động hợp tác: dài hạn (kéo dài khoảng vài tuần hay cả học kỳ), và loại ngắn hạn, dùng ngay trong tiết học. Phần khó nhất của việc soạn thảo các hoạt động hợp tác thuộc về giảng viên. Giảng viên phải tự trả lời những câu hỏi sau đây: (a) mục đích và kết quả của khóa học là gì? (b) học theo nhóm như vậy sẽ giúp cho việc đạt được mục đích của khóa học như thế nào? (c) nên chia nhóm theo cách nào? Và (d) giảng viên theo dõi và đánh giá tiến trình học theo nhóm như thế nào? (CTE-Cornell University).

Người viết xin chia sẻ một thí dụ về một hoạt động hợp tác cho một lớp Công Dân Học (CDH) như sau. Lớp CDH là một lớp học online nên học viên không biết nhau và còn bỡ ngỡ về phương pháp học mới mẻ này, và như tất cả mọi lớp học online khác, học viên đều cảm thấy cô đơn trong lớp học chỉ có một mình vì những học viên khác đâu có vào lớp cùng lúc với mình đâu. Ai rảnh giờ nào thì vào giờ nấy. Cho nên hoạt động hợp tác là một phương thức hữu hiệu để kết nối học viên (mặc dù chỉ liên lạc với nhau qua email và sau này khi nhóm phát triển học viên có thể dùng điện thoại). Một trong những mục đích khóa CDH là phát huy sự tích cực tham gia vào công tác xã hội của công dân. Hoạt động nhóm này được soạn thảo theo các tiêu đề sau: (a) xác định mục đích của hoạt động nhóm: áp dụng tinh thần trách nhiệm công dân và kỹ năng lãnh đạo dân sự; (b) mục tiêu của hoạt động: học viên làm việc theo nhóm ba người để tổ chức một chương trình gây quỹ giúp nạn nhân bão lụt; (c) thời hạn: hai tuần; (d) tình huống: miền Trung vừa bị bão tàn phá nặng nề, các học viên là thành viên của ban chấp hành sinh viên (đóng vai-role play) cần tổ chức ngay một chương trình trợ giúp nạn nhân.

Bảng điểm căn cứ trên những nội dung sau:

1. Ba học viên tự chia nhau trách nhiệm trưởng nhóm người thứ hai chịu trách nhiệm quan hệ với công chúng (public relation), và thủ quỹ. Quyền hạn và nhiệm vụ của từng thành viên cũng phải được nêu rõ;

2. Nhóm phải soạn thảo một bản kế hoạch chi tiết gồm có: Mục đích muốn đạt được là gì (thí dụ $20,000.00 USD). Loại hình gây quỹ nào sẽ được áp

dụng và bản phân tích lợi hại của mỗi loại hình cùng thời hạn (có nhiều loại hình như quyên góp thực phẩm, quần áo, rửa xe, mở một buổi tiệc, hoặc walk-a-thon[2]). Nhân lực hiện có và ngân sách hoạt động ra sao. Những việc cần phải làm trước và trong chương trình cùng hạn chót của mỗi công việc. Và kế hoạch dự phòng nếu có những yếu tố bất ngờ xảy ra như bị mưa, bão, chẳng hạn.

3. Nộp bản kế hoạch chi tiết gồm có những chi tiết nêu trên theo đúng hạn chót đã được đề ra.

Andragogy được áp dụng rộng rãi trong những chương trình huấn luyện và đào tạo cho nhân viên của những công ty tư nhân hay ngay cả của chính quyền. Các đại học của Mỹ cũng có những chương trình "học tiếp" (continuing education) dành cho những người lớn đã thôi học hoặc đang đi làm nhưng vẫn muốn học hỏi thêm hoặc tái huấn nghệ. Những chương trình này hoặc là cấp chứng chỉ mãn khóa (certificate) hay lấy tín chỉ (credit) chính thức của đại học, hay chỉ học để biết mà thôi như hội họa, âm nhạc, nhiếp ảnh, v.v...Ngày nay hình thức học hàm thụ (qua thơ gửi theo đường bưu điện) có lẽ đã không

---

[2] Walk-a-thon là một loại hình gây quỹ rất thông dụng tại Mỹ. Những người tham gia đi bộ (khoảng chừng năm cây số) phải đóng một lệ phí tham gia và có thể kêu gọi những người quen bảo trợ cho mình đi bộ. Có những cuộc walk-a-thon lên đến cả vài chục ngàn người.

còn ai dùng nữa. Thay vào đó là mô hình mới online (giáo dục trực tuyến). Qua mô thức mới này học viên có thể tham gia những khóa học từ xa và không nhất thiết phải theo giờ giấc quy định của trường lớp truyền thống. Andragogy đặc biệt đáp ứng được những nhu cầu và đặc tính của học viên. Tuy nhiên, như trên đã trình bày, giảng viên cũng phải thay đổi vai trò cho thích hợp từ bậc *sư phụ* trên bục giảng trở thành *hướng dẫn viên* đứng bên cạnh, và lưu ý rằng việc soạn thảo bài học cũng như những hoạt động nhóm mất rất nhiều thì giờ. Thêm một điểm cần lưu ý nữa là mỗi người có mức độ "trưởng thành" khác nhau để có thể tự tìm hiểu hay tự học; cho nên, giảng viên cũng phải theo dõi toàn bộ lớp học và nâng đỡ những học viên còn rụt rè.

Kết luận.

So với ngành sư phạm (pedagogy) đã hiện hữu từ hơn 400 năm (Smith, 2012), phương pháp sư phạm cho người lớn (Andragogy) mới chỉ khoảng 50 tuổi. Nhưng Andragogy đã không ngừng được phát triển và nay đã trở thành một trong những ngành học "chính quy" của phân khoa sư phạm tại những viện đại học của Mỹ. Andragogy được xây dựng trên sáu tiền đề do Knowles đề xướng năm 1967 (khởi đầu chỉ có bốn)—nhu cầu học hỏi, khả năng tự nhận thức, kinh nghiệm, ý thức tự ngã và khuynh hướng chú trọng vào bản thân, sẵn sàng đi học, và động lực đi học của học viên—và nhấn mạnh vào vai trò cùng những đặc điểm của học viên. Trọng tâm của Andragogy là học viên (learner-centered) và những hoạt động học tập trong khóa học phải xoay quanh trọng tâm này. Giảng viên có thể và nên áp dụng cả hai phương pháp giảng dạy: truyền thống (lecture) và hoạt động nhóm để tạo nên mức độ tích cực nhất nơi học viên (nếu họ chán, họ sẽ nghỉ học dù đã đóng tiền học phí). Với sự phát triển của xã hội về mọi mặt, nhu cầu học của người lớn (về nghề nghiệp, phát triển cá nhân và kỹ năng) ngày một cao và để đáp ứng nhu cầu này hầu bảo đảm chất và lượng, các trường cao đẳng hoặc đại học không những nên mà phải áp dụng Andragogy trong phương thức giảng dạy của mình.

Tài liệu tham khảo

Chan, S. (2010). Application of andragogy in multi-disciplined teaching and learning. *Journal of Criminal Justice Education, 39*(2), 25-35.

CTE-Cornell University. (2013). Collaborative learning: Group work. http://www.cte.cornell.edu/teaching-ideas/engaging-students/collaborative-learning.html

Hess, G. (2008). Collaborative Course Design: Not My Course, Not Their Course, but Our Course. Retrieved from http://papers.ssrn.com/sol3/papers.cfm?abstract_id=1800843 *Washburn Law Journal, 47*(2), 367-387.

Knowles, M., Holton III, E. & Swanson, R. (2005). *The Adut Learner:The Definitive Classic in Adult Education and Human Resource Development* (6th ed.) San Diego, CA: Elsevier Inc.

Merriam, S. (2001). Andragogy and self-directed learning: pillars of adult learning theory. *New Directions for Adult and Continuing Education* , 89, 1-11.

Reischmann, J. (2004). Andragogy: history, meaning, context, function. Retrieved from http://www.andragogy.net/. Version September 9, 2004.

Smith, M. K. (2003). 'Learning theory', *the encyclopedia of informal education. http://infed.org/mobi/learning-theory-models-product-and-process/*. Retrieved Feb 19, 2014.

Smith, M. K. (1996, 1999, 2010). Andragogy: what is it and does it help thinking about adult learning?http://infed.org/mobi/andragogy-what-is-it-and-does-it-help-thinking-about-adult-learning/ (infed: informal education). Retrieved Feb 19, 2014.

Smith, M. K. (2012). 'What is pedagogy?', *the encyclopaedia of informal education.* http://infed.org/mobi/what-is-pedagogy/. Retrieved Feb 19, 2014.

VÀI SUY NGHĨ VỀ TUYÊN NGÔN GIÁO DỤC CỦA NHÓM PAIDEIA

LGT: NHÓM PAIDEIA

[1] *là một tổ chức quy tụ những nhà giáo dục hàng đầu của Mỹ như những viện trưởng, khoa trưởng, của những đại học nổi tiếng của Mỹ như Columbia, Notre Dame, Harvard, hiệu trưởng trung học, và một số thành viên ban quản trị các "think tank"có tầm vóc như Carnegie Foundation, Aspen Institute, v.v...*

Nhập đề

Giáo dục phổ thông của Mỹ đang "có vấn đề," vì là cường quốc số một trên thế giới, nhưng theo báo cáo năm 2012 của tổ chức Pearson,[2] một tổ chức chuyên nghiên cứu về giáo dục toàn cầu, thì học sinh

---

[1] Paideia (đọc là pai-DEE-a) là một thuật ngữ Hy-lạp có ngữ căn *pais*, hay *paidos*, có nghĩa là sự giáo dục một đứa trẻ (ngữ căn này được dùng trong *pedagogy,* tức là khoa sư phạm, và *pediatrics*-ngành nhi khoa). Hiểu theo nghĩa rộng, paideia tương đương với từ *humanitas* của tiếng Latinh. *Humanitas* (tạm dịch là nhân văn) là một chương trình giáo dục bao gồm trí dục, đức dục, và bổn phận công dân, được Cicero phát huy tại La-mã. Các nhà tư tưởng thuộc phái Khai Sáng cũng cổ xúy cho những chương trình giáo dục nhân văn: phát triển con người toàn diện.

[2] Trang nhà của Pearson tại http://thelearningcurve.pearson.com/the-report

phổ thông của Mỹ chỉ đứng hạng thứ 17 trong tổng số 34 nước phát triển (OECD-Organization for Economic Cooperation and Development). Sự suy thoái về phẩm chất giáo dục của học sinh Mỹ, tuy đáng lo ngại, nhưng nếu ta so sánh với kết quả của những năm trước như 2009, Mỹ đứng hạng 25 trên tổng số 34 nước về hai môn toán và khoa học, và năm 2006, chỉ có 6% là có trình độ ngang với các nước khác, thì kết quả này còn khá hơn một chút.[1] Những con số này cho thấy nước Mỹ đã và đang tiến hành những chương trình cải cách về giáo dục phổ thông. Những chương trình cải cách giáo dục phổ thông của Mỹ bắt đầu từ thập niên 1960 sang đến 1970. Học sinh tiểu học và trung học của Mỹ bị đưa ra làm thí nghiệm cho những kế hoạch cải cách không tưởng, phá bỏ mọi nguyên tắc cơ bản về giáo dục.[2] Cho đến thập niên 1980, một báo cáo mang tựa đề *A Nation At Risk* (ANAR) đã gióng lên tiếng chuông báo động về sự suy thoái của nền giáo dục phổ thông và đề nghị

---

[1] Theo Huffington Post: http://www.huffingtonpost.com/2012/11/27/best-education-in-the-wor_n_2199795.html

[2] Ravitch, D (2010). *The Death and life of the great American school system.* Philadelphia: Basic Books.Các mô hình cải cách phương thức dạy tại Mỹ gồm có: hướng dẫn học sinh tự khám phá (inquiry-based, exploration), đặt trọng tâm vào người học (learner-centered), và toán học fuzzy (fuzzy math). Những phương thức này được áp dụng cho học sinh bậc tiểu học khiến cho học sinh bị "mất căn bản" và phí phạm thì giờ.

phải cải cách khẩn cấp. Một số những biện pháp đã được đề nghị, nhưng kết quả cũng khiêm nhượng như thành quả của học sinh Mỹ thu được qua những kỳ thi quốc tế.

Còn Việt Nam của chúng ta thì sao? Theo Giáo sư Hoàng Tụy thì Việt Nam đã tiến hành cải cách giáo dục từ năm 1991, nhưng hệ thống giáo dục Việt Nam vẫn chưa được thực hiện nghiêm chỉnh. Ông đề nghị bốn đề xuất cải cách giáo dục.[1] Gần đây nhất (2012) là phát biểu của Giáo sư Trần Ngọc Thêm cho rằng giáo dục Việt Nam hiện đang mắc bốn "trọng bệnh."[2] Ta cần nhớ là cải cách, tu bổ là công việc cần phải được thực hiện định kỳ, không những chỉ trong lãnh vực giáo dục mà còn ở trong mọi lãnh vực khác của xã hội. Lý do đơn giản là vì xã hội và kỹ thuật ngày nay đã tiến quá mau. Nếu không theo kịp với đà tiến này, một nước sẽ bị rơi vào tình trạng lạc hậu.

Sau những thất bại của những chương trình cải tổ giáo dục, một số học giả của Mỹ đã phân tích và nhận ra những chương trình này đã, vì lý do này hay lý do khác, bỏ qua một yếu tố vô cùng quan trọng của giáo dục: đó là dạy gì và học như thế nào.[3] Giáo sư Hoàng Tụy cũng nêu lên trong bốn đề xuất: "Cần thay đổi

---

[1] Bốn đề xuất cải cách của GS Hoàng Tụy: http://giaoduc.net.vn/Utilities/PrintView.aspx?ID=60121

[2] Bốn trọng bệnh của nền giáo dục Việt Nam: http://giaoduc.net.vn/Utilities/PrintView.aspx?ID=60121

[3] Ravitch, tài liệu dẫn thượng.

cơ bản cách học và thi."[1] Ai cũng thấy cần phải sửa đổi, cải thiện, nhưng làm như thế nào, thì vẫn còn có nhiều tranh luận. Trong bài viết dưới đây chúng ta sẽ tìm hiểu những đề nghị cải cách giáo dục trong Tuyên ngôn Giáo dục, còn được biết đến là "Đề xuất về Sư phạm" (the Paideia Proposal), cuả Mortimer Adler,[2] một trong những nhà giáo dục hàng đầu của Mỹ, và phân tích tính khả thi của những phương thức này để xem có thể áp dụng trong những chương trình cải cách giáo dục không những tại Mỹ mà còn để xem có thể áp dụng tại Việt Nam được không.

Nguyên tắc Căn bản về dạy và học

Những nhà giáo dục theo trường phái của Socrates cho rằng giáo dục là một nghệ thuật hợp tác. Trong số những nghệ thuật có ích cho con người chỉ có ba loại được coi là nghệ thuật hợp tác. Đó là nghề nông, nghề y, và nghề dạy học. Aristotle gọi nghề thuốc và nghề nông là nghệ thuật hợp tác, bởi vì những nghề này *phụ* với thiên nhiên để tạo ra những

---

[1] Hoàng Tụy, tài liệu dẫn thượng.

[2] Mortimer Adler (1902-2001) là một trong những nhà giáo dục và triết gia hàng đầu của Mỹ, tốt nghiệp Tiến sĩ Triết học và giảng dạy tại Đại học Columbia, ông đặc biệt chú trọng vào những tác phẩm cổ điển vĩ đại (Great Books) của Tây phương. Adler đồng thời cũng là Chủ Biên của Bách khoa Đại Từ điển Britanica. Adler đã đưa ra nhiều đề xuất cải cách giáo dục phổ thông (từ mẫu giáo tới lớp 12).

gì mà thiên nhiên có thể tự tạo ra được. Adler lập luận:

> Giày dép và nhà cửa không thể thành hình được nếu không có bàn tay của con người; nhưng cơ thể con người vẫn đạt được sự khỏe mạnh mà không cần đến y sĩ; cây cỏ và thú vật vẫn lớn được mà không cần có bàn tay của nông gia. Tay nghề của y sĩ và của nông gia chỉ giúp cho sức khỏe và sự tăng trưởng được chắc chắn và đều đặn mà thôi. Giảng dạy, giống như làm ruộng và chữa bệnh, là một nghệ thuật hợp tác giúp cho thiên nhiên làm những điều "tự nhiên, và khi có sự hợp tác này thì kết quả sẽ tốt đẹp hơn. Chúng ta đã học được nhiều điều mà không có thầy nào dạy hết. Có những cá nhân kiệt xuất đã có được sự hiểu biết sâu rộng mà chỉ được đi học rất ít. Nhưng đối với đa số chúng ta, tiến trình học sẽ chắc chắn hơn, bớt nhọc nhằn hơn nếu được người thầy giúp đỡ. Sự hướng dẫn có phương pháp của thầy cô giúp cho việc học của ta-nhấn mạnh là của ta và do ta—dễ dàng và có hiệu quả hơn.[1]

Quan niệm giảng dạy này chú trọng vào người học (learner-centered), và giúp cho học viên "khám phá" ra kiến thức. Theo Socrates những kiến thức

---

[1] Mortimer Adler, "Nghệ thuật Giảng dạy," http://www.icevn.org/vi/node/1266

này tiềm ẩn trong tâm trí mỗi người khi sinh ra và sẽ được khám phá ra chỉ cần qua phương pháp mà ngày nay ta gọi là phương pháp vấn-đáp Socrates. Cách dạy *khám phá* (discovery) và chú trọng vào người học hiện đang là một phương pháp thời thượng và được nhiều phong trào cải cách giáo dục đề nghị áp dụng. Nhưng không thể áp dụng một cách máy móc, vì kết quả của sự áp dụng mù quáng này đã được thực tế chứng minh là "quá đắt" về thời giờ, tiền bạc, và chất lượng, nếu không muốn nói là thất bại.[1] Cho nên, nếu giáo dục là một nghệ thuật hợp tác thì người thầy phải tùy theo lứa tuổi và trình độ trưởng thành của học sinh cùng những phương pháp thích hợp để giúp cho việc học đỡ vất vả nhất. Và học sinh trung, tiểu học chính là đối tượng này.

Mục đích của Giáo dục Phổ thông

Sự quan trọng của giáo dục đối với tương lai của một nước là một sự thật hiển nhiên; cho nên, hầu hết các nước trên thế giới ngày nay đều áp dụng cưỡng bách giáo dục phổ thông. Quan niệm cưỡng bách giáo dục hiện đại bắt nguồn từ phong trào Cải cách Tôn giáo năm 1524 do Martin Luther cổ xúy. Mục đích chính của Martin Luther là muốn cho giáo dân có khả năng tự mình đọc được Kinh Thánh. Phong trào này lan rộng khắp Âu châu và mô hình do nước Phổ (nước Đức dưới thời quân chủ) đề xướng được các nước khác tại Âu châu và ngay cả Nhật mô

---

[1] Ravitch, tài liệu dẫn thượng.

phỏng. Mục đích chính của giáo dục phổ thông trong thời kỳ tiền-hiện đại (pre-modern era) dạy cho học sinh biết đọc, biết viết, có đạo đức (theo tiêu chuẩn và tín điều của tôn giáo), và trở thành công dân tốt.

Chính sách cưỡng bách giáo dục thay đổi tùy theo từng nước và phụ thuộc vào hoàn cảnh, phương tiện, và nhất là sự xác định mục đích của giáo dục phổ thông là gì; thí dụ, tại những nước chậm phát triển trong thế kỷ 20, mục đích chính của giáo dục phổ thông chỉ đơn giản là dạy cho người dân biết đọc và biết viết. Sang đến thời kỳ hiện đại, nhu cầu phát triển và kỹ nghệ hóa đòi hỏi một lực lượng lao động có khả năng và trình độ cao hơn là chỉ biết đọc biết viết. Mục đích này trở thành mục đích chính của giáo dục phổ thông. Quan niệm này dẫn đến hai hệ luận. Thứ nhất là những môn học dạy nghề (vocational) đã được đưa vào chương trình giáo dục phổ thông. Và thứ hai là môn giáo dục công dân bị đưa xuống hàng thứ yếu sau những môn học về kiến thức.

Mortimer Adler và Nhóm Paideia quan niệm mục đích của giáo dục phổ thông (từ mẫu giáo tới lớp 12), nhất là trong thời hiện đại, như sau: ***phát triển mỗi người trở nên một công dân độc lập về tư tưởng, độc lập về kinh tế, và có trách nhiệm với bản thân và xã hội***.

Thế nào là một công dân độc lập về tư tưởng? Ngoài khả năng biết đọc và biết viết, một học sinh tốt nghiệp trung học phổ thông phải có được những kiến thức căn bản và khả năng lý luận, phân tích, và đối chiếu để tự chính mình rút ra được những kết luận trong những thông tin đa chiều của thời đại hiện nay. Thế nào là một công dân độc lập về kinh tế? Một công dân độc lập về kinh tế là người có một nghề lương thiện–mà nghề đó không cần tới bằng đại học–để sinh sống bằng khả năng của chính mình. Và thế nào là một công dân có trách nhiệm với bản thân và xã hội? Ngoài kiến thức và khả năng nêu trên, một công dân có trách nhiệm sẵn sàng tham gia vào sinh hoạt chính trị của quốc gia như bầu cử, ứng cử,…và những sinh hoạt cộng đồng khác tùy theo khả năng. Mục đích chính và tối hậu của giáo dục phổ thông là đào luyện cho học sinh có những kỹ năng để trở thành người học-suốt-đời hầu có thể phát triển chính bản thân mình và hữu dụng cho xã hội đang tiến bộ nhanh chóng như hiện nay. (xem thêm và đối chiếu với "Mục tiêu của giáo dục phổ thông của VN" trong chú thích bên dưới.[1])

---

[1] Mục tiêu của giáo dục phổ thông VN: "Điều 27 luật Giáo dục 2005 ghi: "Mục tiêu của giáo dục phổ thông là giúp học sinh phát triển toàn diện về đạo đức, trí tuệ, thể chất, thẩm mỹ và các kỹ năng cơ bản, phát triển năng lực cá nhân, tính năng động và sáng tạo, hình thành nhân cách con người Việt Nam xã hội chủ nghĩa, xây dựng tư cách và trách nhiệm công dân, chuẩn bị cho học sinh tiếp tục học lên hoặc đi vào cuộc sống lao động, tham gia xây dựng và bảo vệ Tổ quốc," theo Thanh Niên: http://www.thanhnien.com.vn/pages/20130130/nhung-quyet-sach-thieu-thuyet-phuc-ky-3-nen-giao-duc-nang-ve-

Chương trình Giáo dục Phổ thông

Nhằm đạt được những mục đích nêu trên, Nhóm Paideia đề nghị một chương trình giáo dục phổ thông cơ bản có tính chất tổng quát cho tất cả mọi học sinh, không phân biệt thành phần xã hội (giàu/nghèo). Chương trình này gồm có ba phần như sau:

- những môn học thuộc về lãnh vực ngôn ngữ, như ngữ văn, văn chương, và mỹ nghệ;
- những môn học thuộc về lãnh vực toán học và khoa học, và
- những môn học thuộc về lãnh vực nhân văn-xã hội, gồm có những môn học như lịch sử, địa lý, văn hóa, đức dục và công dân giáo dục về các định chế chính trị và cơ cấu xã hội, vân vân.

Tại sao chương trình giáo dục phổ thông lại chỉ cần có ba phần này? Bởi vì đó là những kiến thức căn bản không thể thiếu được về thiên nhiên và văn hóa, về thế giới cùng các định chế mà chúng ta sinh sống, và về bản thân mỗi người trong tương tác với xã hội.

---

ung-thi.aspx.Mục đích của giáo dục phổ thông tại VN so với đề nghị của Nhóm Paideia cũng tương tự như nhau và đầy tham vọng. Nhưng có lẽ sự khác biệt lớn nhất là phương pháp giảng dạy và chương trình vẫn còn bị quá tải khiến cho giáo viên phải "nhồi nhét" kiến thức vàođầu học sinh kẻo bị "cháy giáo án."

Những môn học trong từng lãnh vực được sắp xếp theo tuổi tác, theo trình độ từ dễ đến khó theo cấp lớp. Điều này đã được áp dụng hầu như tại mọi nước trên thế giới. Tuy nhiên, trong chương trình đề nghị này, hoàn toàn không có những môn nhiệm ý và chuyên môn, tức là những môn đã khiến cho chương trình học, nhất là ở bậc trung học trở nên nặng nề (tại Mỹ). Những môn này chỉ thích hợp với trình độ ở cao đẳng chuyên ngành hay đại học mà thôi. Ngoài ra, ngoại ngữ cũng nên được giảng dạy trong lãnh vực ngôn ngữ (môn này hầu hết nước nào cũng áp dụng rồi).

Ngoài những môn học thuộc về tri thức, chương trình giáo dục phổ thông còn cần có môn thể dục (cùng với môn sức khỏe phổ thông). Học sinh học thể dục qua sự tham gia những bộ môn thể thao và chơi cho những đội banh của trường (tại Mỹ). Thêm vào đó, học sinh những năm cuối bậc trung học cũng nên được giảng dạy về những nghề nghiệp khác nhau cùng những yêu cầu của những nghề này để chuẩn bị.

Phương pháp Giảng dạy

Nhóm Paideia đề nghị một mô hình về phương pháp giảng dạy theo biểu đồ sau:

	I	II	III
Mục Tiêu	Thu Thập Kiến Thức Đã Được Hệ Thống Hóa	Phát Triển Kỹ Năng Tư Duy & Kỹ Năng Học	Khai Triển Sự Thấu Hiểu Về Tư Tưởng Và Giá Trị
Phương Pháp	Thầy/cô ***giảng bài và truyền đạt*** kiến thức qua sách vở hoặc những trợ huấn cụ khác.	Huấn luyện qua thao tác và thực tập có giám sát.	Hỏi-Đáp, Thảo luận, và Trực tiếp Tham gia.
Lãnh Vực	Ngôn ngữ, Văn chương, và Mỹ thuật	Đọc, Viết, Nghe, Nói.	Thảo luận về những tác phẩm (không phải sách giáo khoa) và những tác phẩm nghệ thuật khác.
Lãnh Vực	Toán & Khoa Học	Tính toán, giải quyết vấn đề, quan sát, đo lường, ước tính.	Học sinh được khuyến khích tham gia vào những hoạt động nghệ thuật, như vẽ, nhạc, kịch,…
Lãnh Vực	Lịch sử, Địa lý và Nhân văn-Xã hội	Thực tập tư duy phê phán	

Dựa trên chương trình đề nghị, mục tiêu của Cột I là giúp cho học sinh thu thập những kiến thức đã được hệ thống hóa theo trình độ (những kiến thức rời rạc không được hệ thống hóa sẽ khiến cho học sinh khó thu nhận, nhất là đối với các lớp nhỏ). Phương pháp giảng dạy nhằm đạt được mục tiêu này là phương pháp truyền thống mà ta đã biết, tức là thày giảng, trò nghe, ghi chép, và học thuộc (rote memory) cho tất cả các môn học thuộc ba lãnh vực ngôn ngữ, toán-khoa học, và nhân văn.

Tuy nhiên, dạy và học không chỉ hạn chế trong việc truyền đạt và học thuộc lòng kiến thức mà học sinh còn cần phát triển những kỹ năng quan trọng khác, những kỹ năng mà sẽ giúp cho sự học của học sinh sau khi hoàn tất chương trình phổ thông. Đó là lý do ta cần đến Cột II. Nói cách khác là học sinh phải *thực tập* tới mức độ *thành* thạo (proficiency) những kiến thức đã thu thập được. Về lãnh vực ngôn ngữ chẳng hạn, học sinh không những đã biết đọc, còn phải phát âm cho đúng; về viết học sinh cần học cách viết những câu đơn, câu kép, câu phức hợp gồm nhiều mệnh đề, v.v…, rồi tiến dần lên viết luận văn và các thể loại khác. Về lãnh vực toán và khoa học cũng vậy, học sinh ngoài khả năng tính toán còn phải có thêm kỹ năng giải quyết vấn đề, quan sát, đo lường, và ước lượng, cùng việc sử dụng những thiết bị điện tử như máy tính (calculator) và máy vi tính (computer), tùy theo cấp lớp. Về lãnh vực nhân văn-xã hội, học sinh cần phát triển kỹ năng tư duy phê phán, biết phân biệt những thông tin đa chiều và phản biện nếu cần. (tư duy phê phán, *critical thinking,* sẽ được phân tích trong bài khác).

Cột II này nhằm đào luyện *kỹ năng* cho học sinh, nên phương pháp dạy không thể là phương pháp thầy giảng trò chép mà người dạy chỉ đứng trên bục giảng. Trong phạm vi này, người thầy cũng giống như một huấn luyện viên *huấn luyện* và uốn nắn cho vận động viên những thao tác đúng đắn, theo một tiến trình đã được chứng minh là hữu hiệu, thí dụ vận động viên bóng bàn hay quần vợt khi đánh cú "rờ-ve" phải theo tiến trình và tay cầm vợt như thế nào thì cú đánh mới hữu hiệu. Giảng dạy theo Cột II không thể chỉ có đứng nói suông. Dĩ nhiên, những kỹ năng này sẽ mỗi năm mỗi tiến lên trình độ phức tạp hơn.

Việc dạy và học không ngừng ở chỗ chỉ tiếp thu kiến thức, có kỹ năng và biết cách ứng dụng, *đạt đến trình độ thông thạo*, mà còn với mục tiêu giúp cho học sinh mở rộng sự hiểu biết về tư tưởng và giá trị (thế nào là chân, thiện, và mỹ), Cột III đề nghị phương pháp giảng dạy theo kiểu vấn-đáp và thảo luận của Socrates. Theo phương pháp này, học sinh được giới thiệu đến những tư tưởng mới qua những tác phẩm nghệ thuật, văn chương, và mỹ thuật (không phải sách giáo khoa) trong phạm vi quốc gia và quốc tế. Phương pháp vấn-đáp và thảo luận theo Socrates là một phương pháp được xem là rất hữu hiệu để mở rộng sự hiểu biết và rèn luyện tư duy độc lập và cải thiện tư duy phê phán. Ngoài ra, học sinh cấp phổ thông cũng được khuyến khích để tham gia trực tiếp vào những sinh hoạt nghệ thuật có liên quan đến những tác phẩm được thảo luận. Thí dụ, cách thức hay nhất để hiểu thấu đáo một vở kịch là tham gia đóng một vai trong vở kịch đó.[1] Một điều cần lưu

---

[1] Trường học phổ thông tại Mỹ từ tiểu học đến trung học đều có những sinh hoạt như thế này. Hầu hết trung học tại Mỹ (từ lớp 9 đến lớp 12) đều có ban kịch và ban nhạc hòa tấu hay ca đoàn.

ý là cả ba phương pháp này đều có thể áp dụng được cho những môn học thuộc cả ba lãnh vực nêu trên.

Áp dụng vào thực tế hiện nay như thế nào?

Mục đích của Chương trình giáo dục phổ thông (Chương Trình) do Adler và Nhóm Paideia đề nghị là những mục đích mà mới thoạt nghe ta thấy đầy cao vọng, hơi có vẻ lý tưởng nữa. Nhưng như đã trình bày ở trên, mục đích của giáo dục phổ thông *tiến hóa* theo thời đại và nhu cầu của xã hội. Những mục đích này, do đó, phản ánh đúng nhu cầu của xã hội, không những chỉ về phương diện khoa học, kỹ thuật, mà còn đào luyện những người công dân có kỹ năng và ý thức trách nhiệm để có thể tham gia tích cực vào sinh hoạt chính trị và xã hội của quốc gia. Cho nên, giáo dục phổ thông là thành tố hệ trọng của quốc gia, và học sinh phải được đào luyện để đạt được những mục đích này.

Chương Trình do Adler và Nhóm Paideia đề nghị là một chương trình tổng quát, chứ không "kê toa" và liệt kê những môn nào phải được giảng dạy, theo từng lãnh vực. Mỗi nước, tùy theo hoàn cảnh của mình mà chọn lựa những môn học cho thích hợp. Thực ra, chương trình này đã và đang được hầu hết các tiểu bang (tại Mỹ) và hầu hết các nước trên thế giới áp dụng (kể cả Việt Nam trước và sau 1975). Đặc điểm của Chương Trình là chú trọng vào những môn học thuộc ba lãnh vực *cốt lõi* hầu bớt đi những những môn nhiệm ý hay những môn dạy nghề trong chương trình phổ thông, hay những môn khác làm quá tải chương trình. Những mục đích của giáo dục phổ thông do Nhóm Paideia đề nghị và được những nhà cải cách giáo dục hiện nay đồng ý là những mục đích lý tưởng mà một nước phải nhắm tới.

Phương pháp giảng dạy (Phương Pháp) của Nhóm Paideia cũng không phải là những phương pháp mới mẻ gì, nhưng là phương pháp ***nên*** theo vì đó là những phương pháp nhằm bổ túc những điều thiếu sót hay bị bỏ qua trong phương pháp giảng dạy trong quá khứ, tỷ như phương pháp vấn-đáp. Tuy nhiên, Phương Pháp đưa vào thực tế áp dụng thực cũng không phải dễ dàng, vì những lý do sau đây:

Thứ nhất, tình trạng quá tải học sinh trong một lớp học vì thiếu phòng ốc. Với sĩ số học sinh đông cho mỗi lớp,[1] người dạy không thể lưu tâm đến từng học sinh để rèn luyện những kỹ năng cần thiết, chứ đừng nói đến việc mở rộng thêm sự hiểu biết của học

---

[1] Sĩ số học sinh tiểu học tại Sài Gòn, niên khóa 2010-2011, ở ngưỡng 50-52/lớp (http://www.baomoi.com/Giao-duc-tieu-hoc-lai-doi-mat-qua-tai-si-so/59/4978733.epi). Sĩ số học sinh trung học phổ thông tại Hà Nội , niên khóa 2012-2013 là 45/lớp (http://hanoimoi.com.vn/Tin-tuc/Giao-duc/581087/ha-noi-giam-si-so-trung-binh-o-moi-lop-cap-thpt). Học sinh tiểu học ở Texas, mẫu giáo đến lớp Tư, là 22/lớp, 2012-2013, (http://www.tea.state.tx.us/index2.aspx?id=2147502952). Học sinh trung học ở Texas là 28-30/lớp, niên khóa 2010-2011 (http://www.huffingtonpost.com/2011/08/23/texas-class-size-teachers-blame-rick-perry_n_934202.html)

sinh. Vì hạn chế này, người dạy chỉ có thể truyền đạt kiến thức bằng phương pháp truyền thống sơ đẳng nhất là thầy đọc, trò chép. Lâu dần, phương pháp truyền thống trở thành phương pháp chính sử dụng trong giảng dạy. Thứ hai, để có thể huấn luyện những kỹ năng thiết yếu trong Cột II và III, chính bản thân người dạy phải được đào luyện thành thạo những kỹ năng này. Thứ ba, giả sử là sĩ số học sinh không đông quá và người dạy được đào tạo với đầy đủ kiến thức và khả năng, thì vẫn còn một giới hạn nữa khi áp dụng Phương Pháp vào giảng dạy; đó là thời lượng dành cho mỗi tiết học (tại Mỹ mỗi tiết học dài 55 phút hay 90 phút) không đủ để người dạy có thể áp dụng cả ba phương pháp cho mỗi lớp.

Những giới hạn này, tuy vậy, không phải là không thể giải quyết được, nếu sự cải tổ giáo dục được quan niệm một cách nghiêm túc và được cung cấp đầy đủ ngân sách hầu xây dựng thêm trường lớp để giảm sĩ số học sinh. (Một điều oái oăm là ngân sách dành cho giáo dục của mỗi nước không phải là nhỏ, như VN là nước trong nhóm những nước chi cho ngân sách giáo dục cao nhất thế giới).[1] Ngân sách giáo dục của Chính quyền Liên bang Mỹ dành cho giáo dục năm 2013 là 69,8 tỷ Mỹ kim, tăng 1,7 tỷ so

[1] Theo Dân Trí: http://dantri.com.vn/giao-duc-khuyen-hoc/viet-nam-thuoc-nhom-nuoc-co-ty-le-chi-cho-giao-duc-cao-nhat-the-gioi-392976.htm

với năm 2012.[1] Ngoài ra nguồn tài trợ chánh cho giáo dục tại mỗi tiểu bang là từ tiền thuế thổ trạch và bất động sản của mỗi tiểu bang. Nói một cách khác, sự quá tải học sinh trong mỗi lớp sẽ không trở thành vấn nạn, nếu bộ máy hành chánh của giáo dục được tinh giản và tiết kiệm để dành tiền cho những điều thiết yếu như cơ sở, trường lớp, huấn luyện và đào tạo giáo chức, v.v... Giới hạn thứ hai là nâng cấp chương trình huấn luyện và đào tạo cho thầy/cô tại những trường đại học hoặc cao đẳng sư phạm hầu cho họ không những có đủ kiến thức, mà còn có khả năng cao để giảng dạy môn học họ phụ trách. Thêm vào đó, thầy/cô cũng cần phải tham gia những khóa huấn luyện bổ túc mang tính chất bắt buộc hàng năm (tại Mỹ thầy/cô phải theo học những khóa "professional development" thường vào mùa hè, chứ không phải là chương trình *chuyên tu* hay *tại chức* của VN).

Giới hạn thứ ba là thời lượng dành cho mỗi tiết học cũng không phải là vấn đề nan giải. Thông thường mỗi môn học gồm vài tiết học trong một tuần; thí dụ môn toán trình độ lớp 12 gồm có ba tiết học một tuần (mỗi tiết hai giờ vào những ngày chẵn hay lẻ). Thầy/cô có thể áp dụng mỗi phương pháp riêng cho từng tiết học: một tiết thu thập kiến thức, một tiết dành cho kỹ năng, và một tiết dành cho mở rộng kiến thức; hoặc là gồm cả ba phương pháp trong cùng một

---

[1] Thông báo của White House về ngân sách 2013: http://www.whitehouse.gov/sites/default/files/omb/budget/fy2013/assets/education.pdf

tiết học (mô hình giảng dạy của Robert Gagné là một mô hình rất hữu hiệu có thể gồm cả ba phương pháp trong cùng một bài /tiết học), tùy theo đề tài của bài học. Nói cách khác, người dạy cần phải biết uyển chuyển để áp dụng một cách hữu hiệu những phương pháp giảng dạy này.

Vì thời lượng hạn chế nên người dạy không thể quan sát và uốn nắn kỹ năng cho người học chỉ trong một tiết học; do đó, người học phải thực tập thêm qua bài tập ở nhà. Kinh nghiệm của người viết cho thấy bài tập ở nhà rất quan trọng và cần được người dạy chấm bài cẩn thận để thấy những lỗi học sinh phạm phải mà sửa đổi kịp thời. Nếu chỉ quan niệm hời hợt rằng bài tập ở nhà là để học sinh "trả nợ" và chấm qua loa, thì đã phản lại mục đích chính của việc đào luyện kỹ năng cho học sinh.

Kết luận

Đề xuất Giáo dục theo Nhóm Paideia, ngoài việc xác định cho rõ mục đích của giáo dục phổ thông là đào tạo mọi người dân trong nước trở thành những công dân có đạo đức và trách nhiệm đối với xã hội, độc lập về kinh tế, và độc lập về tư tưởng, còn đề nghị một chương trình tổng quát bao gồm những môn học *cốt lõi* thuộc ba lãnh vực ngôn ngữ, toán-khoa học, và nhân văn-xã hội; một chương trình hoàn toàn không có những môn nhiệm ý hoặc dạy nghề. Phương pháp giáo dục là điểm nổi bật của Đề xuất: giảng dạy, đào luyện kỹ năng, và khai triển sự hiểu biết. Người dạy áp dụng phương pháp tùy theo trình độ tuổi và cấp lớp của học sinh cho thích hợp.

Nước Mỹ cần phải cái cách giáo dục, Việt Nam cũng vậy; nhưng hai nước có những phương thức giải quyết khác nhau. Về giáo dục, Mỹ theo chế độ tản quyền, Việt Nam theo chế độ tập quyền. Mọi biện pháp cải cách của Mỹ phải được sự đồng ý và chấp thuận của tiểu bang, nên những chương trình cải tổ giáo dục phổ thông khó thực hiện được đồng bộ và nhất quán. Ngược lại tại Việt Nam, giáo dục nằm trong phạm vi thẩm quyền của Bộ Giáo dục-Đào tạo mà mọi ban ngành liên quan đến giáo dục phải tuân theo chỉ thị của Bộ. Vấn đề còn lại là quyết tâm thực hiện của chính quyền, theo một tiến trình hợp lý.

Tài liệu Tham khảo

Adler, M. (1982). *The Paideia proposal: An educational manifesto*. New York: Simon & Schuster.

NHỮNG SỰ NGÂY THƠ TRONG GIÁO DỤC

Nhập đề

Ngây thơ có nghĩa là không hiểu biết hay hiểu biết rất ít về một điều gì đó. Kho tàng tri thức của nhân loại ngày nay đã tăng đến hàng ngàn hàng vạn lần chỉ trong vài chục năm; cho nên, có bảo chúng ta là những người ngây thơ quả cũng không ngoa. Có một thí dụ điển hình mà người viết còn nhớ thập niên 1980, trên chuyến bay từ Manila, Philippines sang Mỹ tị nạn và định cư, thanh niên và đàn ông thoải mái hút thuốc lá. Mỗi ghế còn có một ngăn gạt tàn thuốc. Hút thuốc lá không những là chuyện bình thường, mà còn là một điều thể hiện nam tính. Nhiều người còn ngậm điếu thuốc xề xệ theo kiểu Bogart. Việc hút thuốc lá tại nơi công cộng ở nước Mỹ vẫn còn tiếp tục cho đến thập niên 2000, tùy theo luật của các tiểu bang. Cho đến nay những nơi công cộng tại Mỹ đều cấm hút thuốc. Đó là nhờ những nghiên cứu y khoa đã tìm thấy quan hệ mật thiết giữa hút thuốc lá (trực tiếp hay gián tiếp) và ung thư phổi.

Nói đến giáo dục, dù con người đã trải qua hàng ngàn năm cả đông sang tây, vẫn còn rất nhiều điều mà chúng ta vẫn còn rất mù mờ về tiến trình giáo dục (Bloom, 1981), cụ thể là dậy và học cái gì và như thế nào. Sự ngây thơ trong giáo dục một phần bắt nguồn từ những thành kiến và thực hành đã được kết tập từ lâu năm, và một phần từ những sự lầm lẫn giữa sự tương ứng (correlation) và tương quan nhân-quả trong nghiên cứu. Trong bài này chúng ta sẽ thử phân tích một số những sự ngây thơ trong giáo dục và rút ra một vài bài học về phương thức giáo dục phổ thông.

Sự khác biệt cá nhân trong sự học

Hầu như trong chúng ta ai cũng công nhận là có sự khác biệt trong sự học giữa từng cá nhân. Đa số tin rằng chỉ có một tỷ lệ nhỏ, khoảng 10% đến 15% học sinh, có thể học và đạt tới mức thông thạo một môn học nào đó. Và như thế, người ta cho rằng tỷ lệ học sinh bị trượt trong học đường có thể thay đổi từ 5% đến 75% (Bloom, 1981). Sự khác biệt của từng cá nhân trong việc học là điều ai cũng nhận thấy. Nhưng đâu là lý do tạo ra sự khác biệt này? Các nhà nghiên cứu đưa ra nhiều lý do, nào là do thừa hưởng *gene* của cha mẹ, nào là tình trạng kinh tế-xã hội của gia đình, v.v… Nếu ta giả sử rằng học đường cung cấp đồng đều mọi phương tiện, thì giờ cho mỗi học sinh, mà vẫn có sự khác biệt, thì sự khác biệt đó hẳn phải nằm ngoài phạm vi của học đường và ngoài trách nhiệm của thầy cô. Và như vậy thì…chịu. Sẽ có những học sinh học “chữ” được và có nhiều học sinh không thích hợp để học “chữ” mà chỉ hợp với học nghề. Hệ luận của lối suy nghĩ như vậy là sẽ có học sinh giỏi và học sinh dở (Adler, 1982).

Nhưng thực tế có phải như vậy hay không? Những cuộc nghiên cứu trong vài thập niên trở lại đây cho thấy rằng kết quả không phải như vậy. Học sinh thực sự có khác biệt nhau về sự học (hiểu theo nghĩa lĩnh hội kiến thức) nhưng không phải vì giỏi hay dở mà ở sự khác biệt về mức độ (rate) lĩnh hội *nhanh* hay *chậm*. Các cuộc nghiên cứu cho thấy có tới 90% học sinh có thể học được những môn học do nhà trường dạy tới cùng một trình độ của 10% học sinh "giỏi" học trong điều kiện bình thường. Kết quả nghiên cứu cũng cho thấy, dưới những điều kiện đặc biệt, trình độ (level) và mức độ (rate) học của học sinh sẽ trở nên giống nhau. Càng ngày càng có nhiều chứng cớ cho thấy sự ngây thơ của chúng ta về sự học của học sinh là kết quả của những điều kiện đặc thù của học đường—sĩ số học sinh, trình độ của thầy cô, thời lượng giới hạn của tiết học—hơn là sự khác biệt cá nhân của học sinh (Bloom, 1981). Nói một cách khác, chỉ có học sinh học nhanh hay học chậm. Và những học sinh "chậm," nếu cho các em có đủ thì giờ (và nếu cần được dạy kèm thêm) thì các em này cũng sẽ đạt được trình độ tương đương với những học sinh "giỏi." Những điều trình bày ở trên không có nghĩa là ta phủ nhận sự khác biệt giữa từng cá nhân, những sự khác biệt dẫn đến sự "nhanh" hay "chậm" của học sinh.

Có một điều khá trái khoáy trong cách học đường "ứng phó" với sự khác biệt cá nhân của học sinh. Sự khác biệt cá nhân của mỗi con người là điều hiển nhiên, "bất khả tư nghị," thế mà học đường ở mọi nơi đều có cùng một phương pháp giảng dạy: học sinh được dạy một số môn học bắt buộc, trong những tiết học có thời lượng nhất định. Phương pháp này đã giả định là mọi học sinh đều giống nhau về trí tuệ, gia thế, tâm tính, và phong cách học (learning styles)[1]. Sự mâu thuẫn này dẫn đến hệ quả là mức độ thành tựu của học sinh trong cùng một lớp khó lòng đạt được trình độ cao. Khi đã gỡ bỏ được sự ngây thơ về học sinh giỏi hay dở, thay bằng học sinh nhanh hay chậm, ta có thể có được những phương pháp hữu hiệu hơn nhằm giúp những học sinh "chậm" bắt kịp những học sinh "nhanh." Một trong những phương pháp đó là phương pháp học để thấu triệt (learning for mastery) cũng do nhà giáo dục Benjamin Bloom khởi xướng.[2]

---

[1] Lý thuyết về "Phong cách học" (learning styles) cho rằng mỗi người có một phong cách học riêng. Những phong cách này có thể được gom thành 4 loại: nhìn (visual), nghe (audio), đọc/viết, và cảm nhận bằng xúc giác (kinesthetic). Những học viên thuộc phong cách nhìn sẽ tiếp thu bài học, thông tin dễ hơn nếu có hình ảnh minh họa. Những học viên thiên về xúc giác sẽ tiếp thu dễ hơn nếu có những sinh hoạt cần sự vận động của cơ thể, vân vân. Các nhà tâm lý học và giáo dục còn chia phong cách học thành nhiều loại khác nữa: học viên không nhất thiết chỉ có một phong cách học, mà còn có thể là sự phối hợp của nhiều loại. Để hiểu rõ hơn về learning styles, xin đọc "In-Depth Analysis of the Felder-Silverman Learning Style Dimensions"tại https://files.eric.ed.gov/fulltext/EJ826065.pdf

[2] Xem thêm bài "Dạy và học theo Benjamin Bloom–Trở lại căn bản."

Giáo viên và giảng dạy

Tại Hoa Kỳ, vào khoảng 80 năm trước, các trường sư phạm đều chú trọng đặc biệt đến “đầu vào” của sinh viên muốn trở thành thầy cô giáo và đặt ra những tiêu chuẩn cao, ngõ hầu bảo đảm có được những giáo viên tương lai có những đặc tính cần thiết cho công việc giảng dạy, những đặc tính như học giỏi và có thành tích học tập cao (qua điểm số), tâm tính, sở thích, v.v... Nói một cách khác, các trường sư phạm chú trọng vào chọn và đào tạo thầy cô, với giả định là thầy giỏi, thì ắt sẽ dạy giỏi, và thầy cô là tác nhân chính tạo nên sự học của học sinh. Nhưng giả định này không đứng vững trước những cuộc nghiên cứu gần đây cho rằng *cách dạy chứ không phải thầy dạy* mới là yếu tố quan trọng trong sự học của học sinh (Bloom, 1981). Trong khoảng vài thập niên gần đây, những nghiên cứu mới cho thấy *cách dạy* chứ không phải *người dạy* là yếu tố then chốt trong sự học của học sinh. Nói một cách khác, sự học hay tiếp nhận kiến thức của học sinh tùy thuộc vào cách thức thầy cô tương tác với học sinh trong công việc dạy học. Một vị thầy uyên bác nhưng chỉ dạy theo cách thức giảng bài truyền thống (lecture), chưa kể đến tình trạng “thầy đọc, trò chép” cho đỡ mất thì giờ, ắt sẽ đưa đến một lớp học thiếu sinh khí và kết quả kém trong sự học của học sinh.

Hệ luận của sự ngây thơ về vai trò của giáo viên mở ra một khung trời mới trong giảng dạy. Thay vì chỉ có một giáo viên dạy 30 hay 40 học sinh, giáo viên có thể vận dụng những thầy phụ đạo (tutor), ngay cả những học sinh khá, để giúp thêm cho việc giảng dạy. Thêm vào đó, giáo viên cần được huấn luyện thêm tại trường sư phạm về những phương cách giảng dạy khác nhau cho cùng một môn học và tạo cho mình một "túi đồ nghề" (bag of tricks): khi thì giảng bài, khi thì "khám phá," lúc thì học theo nhóm, v.v…

Thi cử

Đã có học thì phải có thi, vì nếu không có thi thì làm sao biết được học sinh đã tiếp thu kiến thức như thế nào, và tới mức độ nào. Dạy, học, và thi là một bộ ba nhất thể. Thi là bước cuối cùng có mục đích đánh giá kết quả của tiến trình dạy và học.

Thuở xưa, dưới thời quân chủ, việc học ở nước ta chỉ nhằm mục đích tuyển người ra làm quan qua các kỳ thi hương, thi hội, và thi đình. Việc học, như vậy, là để đi thi và thi cử là con đường duy nhất để tiến thân, để "có danh gì với núi sông."[3] Việc thi cử thời xưa rất là nghiêm ngặt và khó khăn. Thí sinh có thể bị đánh rớt không phải vì học vấn kém cỏi, nhưng vì phạm trường quy, mà trường quy thì nhiều vô số. Hẳn ta còn nhớ đến ông Tú Vị Xuyên,

---

[3] Nguyễn Công Trứ, "Đi thi tự vịnh." Đi thi nhiều lần nhưng không đậu, mãi đến năm 41 tuổi mới thi đỗ Giải nguyên (đậu đầu kỳ thi Hương).

[1] "tám khoa chưa khỏi phạm trường quy."

Ngày nay, có hai loại thi: thi lên lớp và thi tốt nghiệp. Ai trong chúng ta cũng đã từng trải qua những kỳ thi để lên lớp và để xếp hạng. Theo thống kê học, điểm số của kỳ thi nào cũng được "phân bố

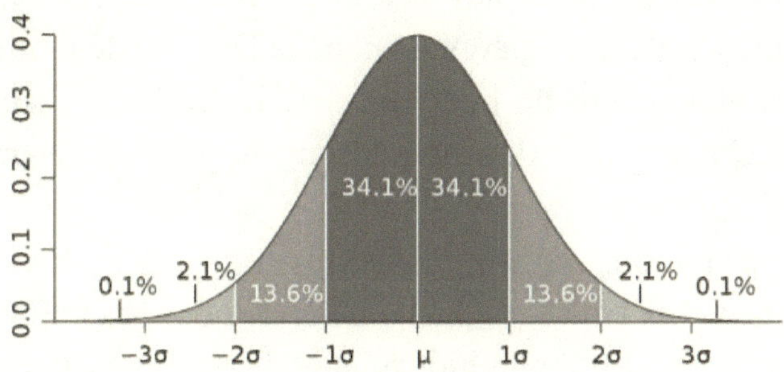

bình thường" (normal distribution) có đồ thị hình quả chuông; nghĩa là, chỉ có khoảng 1% học sinh là có điểm A, khoảng 5% có điểm B, và 68% có điểm C.[2] Điều này cũng có nghĩa là sẽ có 1/3 học sinh bị trượt, và cũng tạo ra một định kiến là chỉ có 2/3 học sinh có thể học "chữ" được mà thôi. Nếu lớp học của giáo viên nào có tỷ lệ học sinh bị trượt trong khoảng 30%,

---

[1] Ông Tú Vị Xuyên, tên thật là Trần Tế Xương (1870-1907) là một nhà thơ nổi tiếng trong văn học sử Việt Nam. Mặc dù văn tài lỗi lạc, Trần Tế Xương bị lận đận về khoa cử, thi mãi cũng chỉ đậu được tú tài, nên ông còn có biệt danh là Tú Xương, hay ông Tú Vị Xuyên (làng nơi ông sinh ra).

[2] Quy luật 68-95-99.7 của Normal Distribution. Cách tính điểm theo các trường ở Mỹ: A = 90-100%; B = 80-89%; C = 70-79%; D = 60-69%; F < 60%. Điểm F là điểm rớt.

phải ở lại lớp, thì đó cũng là tỷ lệ bình thường không có gì đáng quan tâm cho lắm. Giáo viên cứ căn cứ trên số điểm mà đưa ra quyết định được xem là "khách quan" về sự học và thứ hạng của học sinh. Cách thức sử dụng điểm để đánh giá sự học của học sinh đưa đến một hệ quả sau đây: để tránh sự phàn nàn của phụ huynh hay của nhà trường, hay để đạt danh hiệu thi đua, giáo viên hoặc là làm cho đề thi dễ đi (water down) để học sinh dễ đậu, hoặc là nhắm mắt cho lên lớp, dẫn đến trường hợp "ngồi nhầm lớp."

Hiện tượng này xảy ra không những ở Việt Nam, mà còn ở cả Hoa Kỳ. Ở Mỹ, trình độ học sinh không "đạt chuẩn" trở thành một sự cảnh báo về chất lượng giáo dục, và thế là chính quyền liên bang nhảy vào, bắt buộc các trường học, từ tiểu học đến trung học phải tổ chức những kỳ thi "tiêu chuẩn" (standardized exam) để đánh giá không những học sinh, mà còn để đánh giá trường học. Đạo luật liên bang "No Child Left Behind"[1] bắt buộc tất cả các trường học của Mỹ phải tổ chức thi thường xuyên và kết quả thi của học sinh phản ánh "phẩm chất" (quality) của trường đó. Những trường nào có học sinh thi rớt nhiều quá sẽ bị

---

[1] "No Child Left Behind" là một đạo luật liên bang được ban hành năm 2001 cho đến khi được thay thế bởi đạo luật Every Student Succeeds Act (ESSA) ban hành năm 2015. ESSA giao lại trách nhiệm giáo dục cho tiểu bang. Tiểu bang có thể ấn định mục đích giáo dục cho thích hợp với tiểu bang trong khuôn khổ chung của Liên bang. Nhưng học sinh vẫn phải thi hàng năm từ lớp 3 tới lớp 8, và một lần từ lớp 9-12.

đóng cửa. Như một phản ứng tự vệ, giáo viên, thay vì dạy học sinh theo đúng giáo trình, xoay qua dạy học sinh cách thức thi và những chủ đề sẽ được hỏi trong bài thi. Có những trường học suốt năm chỉ loay hoay dạy học sinh đi thi.

Sau những kỳ thi lên lớp là những kỳ thi tốt nghiệp. Dưới thời đệ nhất Việt Nam Cộng Hoà (VNCH) học sinh tiểu học từ lớp Năm tới lớp Nhất, sau này đổi thành lớp 1 tới lớp 5, sau khi học xong lớp Nhất phải thi một kỳ thi tốt nghiệp tiểu học. Học sinh phải đậu kỳ thi tiểu học mới được lên học ở cấp trên (thi tiểu học được bãi bỏ năm 1955). Ở bậc trung học lại chia làm hai cấp, trung học đệ nhất cấp từ lớp 6 – 9, và trung học đệ nhị cấp từ lớp 10 –12. Học sinh sau khi học xong lớp 9 (trước năm 1968 các lớp được gọi là đệ thất, đệ lục, đệ ngũ và đệ tứ) phải thi tốt nghiệp trung học đệ nhất cấp (kỳ thi này được bãi bỏ năm 1967). Học sinh nào đậu kỳ thi trung học đệ nhất cấp mới được vào học trung học đệ nhị cấp (từ đệ tam đến đệ nhất, tức lớp 10 – 12). Ở đệ nhị cấp, học sinh phải thi Tú tài I vào cuối năm lớp 11 và phải đậu kỳ thi này mới được tiếp tục lên lớp 12 (Tú tài I được bãi bỏ năm 1973). Và để tốt nghiệp bậc trung học, tức là sau khi học xong lớp 12, học sinh phải thi đậu Tú tài II. Có đậu Tú tài II học sinh mới được theo học bậc đại học. Tất cả các kỳ thi tốt nghiệp thời VNCH đều là kỳ thi quốc gia; đề thi do Bộ Giáo dục soạn thảo và tổ chức rất nghiêm ngặt để bảo đảm kết quả trung thực và phòng ngừa gian lận.

Thi tốt nghiệp thời VNCH hay thời VNCS đều tạo áp lực nặng nề lên học sinh. Thi đậu trở thành mục tiêu của việc học, cho nên việc thi cử dưới thời xã hội chủ nghĩa mới có những hiện tượng gian lận công khai, ném bài giải vào phòng thi như bươm bướm.[1] Ngay cả tại Mỹ, dưới thời NCLB, gian lận thi cử cũng đã xảy ra ngay tại nhiều thành phố trên nước Mỹ, điển hình là khu học chánh Atlanta, tiểu bang Georgia. Tại đây, nhiều thầy cô và ngay cả viên chức khu học chánh đã bị bắt và đi tù vì hoặc đưa đáp án cho học sinh, hoặc sửa câu trả lời của học sinh để nâng điểm.[2]

Thi cử, thay vì được sử dụng để đánh giá cả tiến trình dạy và học, đồng thời góp phần chỉnh sửa những sai lầm hay thiếu sót trong việc học, lại trở thành mục tiêu chính của sự học. Trong tiến trình dạy học, thi nên được chia thành hai loại: đánh giá quá trình (formative assessment) và đánh giá tổng kết (summative assessment).

Đánh giá quá trình là sự đánh giá cả quá trình học của học sinh theo từng giai đoạn, từng bài học, và đánh giá sự tiếp thu kiến thức, hiểu rõ khái niệm, thành thạo kỹ năng của học sinh. Đánh giá quá trình giúp thầy cô phát hiện ngay chỗ nào học sinh bị thiếu sót để bổ túc kịp thời. Thêm một điểm cần ghi nhận

---

[1] Sự kiện nổi bật là vào năm 2006 hai thầy giáo Đỗ Việt Khoa (Hà Tây) và Lê Đình Hoàng (Nghệ An) đã tố cáo những sai phạm và gian lận thi cử.

[2] Time Magazine, April 2015.

về đánh giá quá trình là số điểm học sinh nhận được trong giai đoạn này chỉ nên có hệ số thấp để khích lệ những học sinh còn gặp trở ngại.[1] Giai đoạn này cũng có thể được quan niệm như học và tập, và tập sau khi học đương nhiên là phải có vấp váp. Xin được mở thêm dấu ngoặc về đánh giá quá trình. Bài tập cho học sinh làm ở nhà (homework) chính là một phương pháp đánh giá quá trình và có một vai trò rất quan trọng. Có rất nhiều thầy cô, người viết bài này cũng đã từng ở trong số này, không coi trọng bài tập ở nhà cho lắm, cho học sinh làm bài tập là vì phải cho. Thí dụ, bài tập trang xx, từ số 1-30, số chẵn. Số lượng bài tập mỗi ngày, cộng với số học sinh mỗi lớp là một số lượng lớn, và không thầy cô nào có đủ thì giờ để kiểm tra từng học sinh làm bài tập như thế nào. Do đó, người dạy khi cho bài tập phải cân nhắc từng bài, những bài tập nào để tập kỹ năng, những bài nào để phân tích, v.v… Và mỗi tiết học nên dành một số thời giờ nhất định để sửa bài tập. Cho học sinh làm bài tập mà không sửa, thì chẳng có tác dụng gì; nếu học sinh làm sai mà không biết là sai thì cái sai đó cứ tiếp diễn cho đến khi đi thi thì bị trượt là lẽ đương nhiên. Người viết đã từng chứng kiến có nhiều đồng nghiệp cho học sinh làm rất nhiều *worksheet* mà không có đủ thì giờ để kiểm tra xem học sinh làm đúng hay sai.

---

[1] Một cách để thực hiện kiểm tra quá trình là cho học sinh làm bài kiểm. Thí dụ, một chương có 6 phần, có thể chia làm 2 hay 3 bài kiểm, mỗi bài kiểm gồm 2 hay 3 phần, với hệ số 20%. Bài thi sẽ gồm toàn chương với hệ số 50%.

Sau đánh giá quá trình là đánh giá tổng kết, tức là thi sau một thời gian đủ dài gồm nhiều chương hay cả một học kỳ. Đánh giá tổng kết hay thi chắc chắn sẽ có kết quả cao nếu trước đó học sinh đã được đánh giá qua quá trình để sửa những sai lầm, bổ túc những thiếu sót trong khi học. Có nhiều người sẽ cho rằng phương thức dạy, học, và thi như vậy có vẻ lý tưởng, vì thực tế cho thấy thầy cô phải dạy khoảng 20-30 học sinh mỗi lớp, và phụ trách 5 lớp, vị chi là từ 100 tới 150 học sinh, cộng với khối lượng kiến thức phải dạy cho học sinh, thầy cô sẽ chẳng còn thì giờ đâu mà đánh giá quá trình với không đánh giá quá trình.

Nói tóm lại, thi cử nên được quan niệm đúng đắn là một phần trong bộ ba nhất thể của sự học. Thi cử giúp cho học sinh đạt được mục đích của việc học, chứ không phải để sắp hạng hay để tiến thân (tiến thân chỉ là hậu quả phụ của thi cử). Mục đích của sự học cần phải được xác định thật rõ trong chương trình giáo dục quốc gia, và mọi nỗ lực trong giáo dục, kể cả thi cử, phải nhắm vào mục đích này.

Kết luận

Sự tiến bộ nhanh đến chóng mặt của khoa học đã vén cho chúng ta nhiều bức màn "vô minh" trên nhiều lãnh vực. Trong lãnh vực giáo dục, sự khác biệt cá nhân là một sự kiện hiển nhiên, nhưng phương cách giáo dục tại nhiều nước vẫn áp dụng một kiểu như nhau: tất cả học sinh được sắp vào cùng một lớp, được học cùng một số môn, trong một số giờ nhất định, và kết quả là có khoảng 1/3 học sinh sẽ bị trượt. Sự khác biệt trong việc học của học sinh là ở mức độ tiếp thu *nhanh* hay *chậm*, chứ không phải là *giỏi* hay *dở*. Sự ngây thơ thứ hai là cách dạy chứ không phải thày dạy là yếu tố quan trọng trong sự học của học sinh.Thầy cô không những phải "giỏi" trong môn học mình dạy, mà còn phải "biết" nhiều phương thức khác nhau để truyền đạt kiến thức cho học sinh. Sự ngây thơ thứ ba là thi cử. Mục đích chính của thi cử là để giúp cho cả quá trình dạy và học, từ chương trình các môn học, đến cách dạy và cách học, hầu đưa ra những biện pháp sửa chữa những khiếm khuyết kịp thời. Nếu áp dụng phương thức đánh giá quá trình, cộng với phương thức giảng dạy đa dạng, cùng với giúp đỡ học sinh chậm có đủ thì giờ để học, thì kết quả học tập chắc chắn sẽ không theo đồ thị hình quả chuông với 1/3 học sinh rớt mà 90% học sinh sẽ đạt được mục đích của chương trình học.

Tài liệu tham khảo

Adler, M. (1982). *The paideia proposal–An educational manifesto.* New York, NY: Simon & Schuster.

Bloom, B. (1981). *All our children learning–A primer for parents, teachers and other educators.* New York, NY: McGraw-Hill.

Guskey, T. R. (2007). Closing the achievement gap: Revisiting Benjamin S. Bloom's "learning for mastery." *Journal of Advanced Academics*.

TẠI SAO NƯỚC MỸ KHÔNG DẠY ĐỨC DỤC?

Nhập đề

Đức Dục là một môn học mà hầu như nước nào cũng có, tuy tên gọi có khác nhau tùy theo từng nước; có nước gọi là đạo đức học, có nơi lại gọi là giá trị học. Tại 31 nước Âu châu, có nước bắt buộc học sinh phải học, có nước cho vào môn nhiệm ý bắt buộc (Korim & Hanasova, 2010). Trong chương trình giáo dục của các nước Đông Nam Á, gồm 11 nước, cũng có môn đức dục (Southeast Asian Ministers of Education Organization – SEAMEO). Riêng tại Việt Nam, môn luân lý đã được đưa vào trong chương trình giáo dục tiểu học từ thập niên 1930 với cuốn Luân Lý Giáo Khoa Thư lớp đồng ấu, sơ đẳng do Nha Học Chính Đông Pháp ấn hành. Giáo dục, nói chung, có thể quy vào ba lãnh vực chính là trí dục, thể dục, và đức dục. Ai cũng nhận thấy tầm quan trọng của đức dục; nhà nước nào cũng hô hào phải dạy dỗ và rèn luyện nhân cách, đức tính cho con em từ thuở nhỏ. Nhưng trong những thập niên gần đây, hầu như trên toàn thế giới đều xảy ra một hiện tượng đáng báo động là tình trạng "hư hỏng" của học sinh, thí dụ như bạo lực, gian lận thi cử, hỗn láo trong học đường tại Nhật Bản trong cuối thập niên 1990, tại Indonesia và Việt Nam trong những năm gần đây khi báo chí tường thuật những vụ bạo hành, đánh lộn, gian lận thi cử trong giới học sinh (Tsuneyoshi, 2001; Postscript, 2011).

Nước Mỹ cũng không là trường hợp ngoại lệ. Phong trào phản chiến và hippie của thập niên 1960 và 1970 đã khiến cho giới trẻ tại Mỹ hoài nghi về tất cả mọi giá trị xã hội và sống một cuộc sống buông thả tới mức báo động (Beachum &McCray, 2005). Tình trạng báo động này khiến một số nhà giáo dục, tổ chức xã hội thiện nguyện, đã phải họp lại tại Aspen, Colorado năm 1992 để tìm cách đối phó.[1] Kết quả là một phong trào Đức Dục, do những cá nhân và hội đoàn thiện nguyện cổ xúy, đã được phát triển tại Mỹ cho đến ngày nay. Câu hỏi được đặt ra là tại sao lại không có môn đức dục chính thức trong chương trình giáo dục phổ thông tại Mỹ? Những lý do nào đã khiến môn đức dục bị "đẩy" ra ngoài chương trình giáo dục phổ thông của Mỹ? Hiện tượng thiếu vắng môn đức dục tại Mỹ là kết quả của sự tác động và ảnh hưởng của nhiều triết lý giáo dục và chính sách của nhà nước đối với nền giáo dục phổ thông. Những động thái này cùng với nỗ lực của những tổ chức xã hội dân sự, phi chính phủ (civil society organization-CSO) trong lãnh vực phát huy

---

[1] Phải mất tới hơn 20 năm, các tổ chức xã hội dân sự mới có thể kết hợp với nhau thành một phong trào có tính chất toàn quốc.

và rèn luyện đức dục cho học sinh tại Mỹ, sẽ được phân tích và giải thích trong bài viết này.

Đức Hạnh và Đức Dục là gì?

Có phải nước Mỹ không có môn đức dục trong giáo dục phổ thông hay không? Câu trả lời là không phải. Đức dục là một phần cơ bản không thể thiếu được trong chương trình giáo dục của Mỹ từ những ngày đầu lập quốc (Howard, Berkowitz & Schaffer, 2004). Nhưng thời gian qua, xã hội Mỹ gặp nhiều thay đổi và du nhập nhiều luồng tư tưởng và triết lý từ Âu châu, nên môn đức dục cũng bị ảnh hưởng nặng nề và bị bỏ rơi lại đằng sau, đến nỗi nhà giáo dục Hunter (2000) đã than thở là: "Đức dục đã chết rồi. Những cố gắng làm cho nó hồi sinh chỉ phí công thôi" (xiii).

Trước hết cần phải định nghĩa thế nào là đức hạnh[2] và đức dục. Howard, Berkowitz, và Schaeffer (2004) trích định nghĩa của Thomas Lickona như sau:

> Đức hạnh bao gồm…những giá trị trong hành động. Đức hạnh có ba phần tương quan với nhau: hiểu biết về đạo đức, cảm nhận về đạo

---

[2] Đức hạnh gồm có hai chữ là đức (德) và chữ hạnh (行). Đức nghĩa là cái đạo để lập thân, còn ở trong tâm, chưa thể hiện ra bên ngoài. Hạnh (còn đọc là hành) là đức đã thể hiện ra bằng hành động (Tự điển Hán Việt Thiều Chửu).

> đức, và hành động đạo đức. Đức hạnh tốt gồm có biết điều tốt, muốn làm điều tốt, và thực hành điều tốt; tức là gồm có tập quán của tâm trí, tập quán của tình cảm, và tập quán của hành động. Ta muốn cho con em chúng ta phán đoán được cái gì là đúng là phải, thiết tha đến điều phải, và làm những điều mà chúng tin là đúng–ngay cả khi phải đối diện với những áp lực từ bên ngoài hay cám dỗ từ bên trong. (51)

Nói cách khác, "đức hạnh gồm có sự nhận thức và hành động theo những phán đoán đạo đức trong một hoàn cảnh xã hội, và đó cũng chính là mục đích của đức dục" (Howard et al., 190).

Hệ thống trường học ở Mỹ từ thời Thuộc địa cho đến trước Nội chiến Nam Bắc

Kể từ khi người di dân Âu châu đến định cư tại Mỹ cho đến thời kỳ trước khi xảy ra Nội Chiến, nước Mỹ không có một hệ thống giáo dục chính thức cho từng thuộc địa (lúc đó những tiểu bang còn gọi là thuộc địa). Những người di dân đầu tiên đến Mỹ định cư tại bốn vùng chính: New England, New York, Pennsylvania, và Virginia. Mỗi vùng lại có thổ ngơi và khí hậu khác biệt, cho nên, điều kiện sinh sống cũng theo đó mà trở nên khác nhau. Tuy nhiên, về phương diện giáo dục và trường học, thì cả bốn vùng đều có một mẫu số chung là không có trường công lập. Tại mỗi làng, cha mẹ dạy cho con cái biết đọc tại nhà để học giáo lý và đọc kinh, hay tại vài nơi có trường học thì đó là trường tư tại gia do những cô giáo làng dạy, cũng chỉ dạy vỡ lòng cho biết đọc, biết viết mà thôi (Swett, 1900). Những người di dân đến Virginia thời đó cho rằng con cái họ nếu biết một cái nghề nào đó, giữ được đức tin theo Anh giáo và biết đọc biết viết là quá đủ rồi (Vejnar,2002).

"Chương trình" dạy học cho trẻ em thời đó có ba hướng rõ rệt: thứ nhất là đi tập việc để học lấy một nghề; thứ hai là đi nhà thờ để được dạy về giáo lý và luân lý; và thứ ba là đi học ở trường để biết viết biết đọc hay là học ở nhà, nếu cha mẹ có thể dạy cho con mình học chữ. Còn nếu gia đình khá giả hơn, thì con cái có thể được gửi đi học thêm chương trình giáo dục theo truyền thống Anh quốc, gồm có, học đọc và viết tiếng Anh, tiếng Hy-lạp, Latinh.

Sau này khi dân số gia tăng tại cả bốn vùng, vào khoảng giữa thế kỷ 17, thì những trường "văn phạm" được thành lập. Trường "văn phạm" là mô hình trường học du nhập từ Anh quốc, chủ yếu dạy ngôn ngữ bằng văn phạm. Ở bên Anh, trường văn phạm (thế kỷ 16-18) được thành lập nhằm dạy văn phạm Latinh, nhưng dần dà bao gồm thêm các môn khác như đọc, viết, và số học. Tại Mỹ, trường văn phạm chỉ chú trọng vào đọc viết Anh ngữ và số học để làm tính và tương đương với cấp tiểu học bây giờ. Những trường này hoạt động bằng ngân sách của chính quyền địa phương và có thu thêm học phí của học sinh. Nhưng những trường này cũng chỉ dành cho nam sinh mà thôi; con gái thời thuộc địa chưa được đi học. Để được nhận vào học, học sinh phải nhận được mặt chữ và biết đọc bằng đánh vần trước đã (Swett, 1900). Mãi đến năm 1635, trường công lập đầu tiên hoạt động bằng tiền thuế do dân đóng góp trực tiếp mới được thành lập tại thành phố Dorchester ở New England (Swett).

Các trường học thời thuộc địa hoạt động riêng rẽ như vậy, một phần được chính quyền địa phương tài trợ, nhưng phần lớn là do học phí của phụ huynh đóng góp; tình trạng này kéo dài cho đến khi nước Mỹ tuyên bố độc lập (ngày 4 tháng 7, 1776). Sau đó bảy trong số 13 tiểu bang mới có chính sách rõ rệt cho giáo dục. Khi các thuộc địa hợp nhất lại thành quốc gia, Thomas Jefferson (sau này trở thành tổng thống đời thứ ba) đề nghị phải xây dựng một nền giáo dục cho toàn quốc; một nền giáo dục do chính quyền kiểm soát, không bị ảnh hưởng bởi tôn giáo, và mọi học sinh đều được theo học. Nhưng ý tưởng này không được thực hiện mãi tới mấy thập niên sau đó. Trong khoảng thời gian này, trường học tại Mỹ vẫn theo ba dạng, hoặc là tư nhân, hoặc là từ thiện, hoặc là do tôn giáo tổ chức (Thattai, 2001).

Vai trò của tôn giáo và chương trình giáo dục thời thuộc địa

Bản chất của người di dân đầu tiên đến Mỹ, đa số là vì lý do tôn giáo, đã xác định vai trò của tôn giáo trong sinh hoạt hàng ngày và tại trường học. Nếu cha mẹ biết chữ, thì họ dạy cho con cái ở nhà để chúng biết đọc Kinh thánh và học giáo lý. Tại mỗi làng, nhà thờ là trung tâm sinh hoạt của mọi người, và những mục tiêu chính của nhà thờ trong giáo dục là dạy cho trẻ con biết đọc để chúng có thể đọc Kinh và dạy chúng trở thành người tốt (Jeynes, 2003). Trường học thời thuộc địa ngoài việc dạy chữ còn một nhiệm vụ quan trọng hơn là rèn luyện đạo đức, như John Clark, một nhà giáo dục hàng đầu thời đó đã trình bày quan điểm của mình về giáo dục và vai trò của người thầy: "…trước hết phải là người đạo đức. Vì…mục đích chính của giáo dục là tạo nên những con người đức hạnh" (Clark, 1793, 93, theo Jeynes, 2003).

Một tài liệu tại văn khố tại Dorchester năm 1645 cho ta biết nhiệm vụ và chức năng của ủy ban giáo dục đầu tiên của nước Mỹ. Căn cứ theo điều 2, một niên học kéo dài cả năm (chứ không có nghỉ hè như vây giờ), và nhiệm vụ của thầy giáo gồm có những điều sau:

> 5. Thầy giáo sẽ nhận và dạy tất cả học sinh được gửi tới trường một cách bình đẳng và không thiên vị, bất kể phụ huynh giàu hay nghèo, hay có quyền lợi gì trong trường hay không.
>
> 6. Thầy giáo sẽ dạy dỗ tất cả học sinh được gửi tới trường một cách chu đáo để cho học sinh được học về cách trí và văn chương,

> cũng như cách cư xử và bổn phận đối với tất cả mọi người, nhất là đối với những bậc trưởng thượng tại bất cứ nơi đâu, ở ngoài đường cũng như trong nhà.
>
> 7. Cứ mỗi 6 ngày, vào lúc 2 giờ chiều, thầy giáo sẽ dạy giáo lý Thiên Chúa giáo cho học sinh bằng sách Giáo lý, hay nếu không có thì bằng những phương tiện khác. (Swett, 1990, 12)

Những điều nêu trên cho thấy là không thể tách rời tôn giáo ra khỏi môn đức dục trong chương trình giáo dục thời thuộc địa, dù chương trình này chỉ mới tới bậc tiểu học. Chương trình giáo dục thời thuộc địa không có thay đổi nào đáng kể cho tới thập niên 1830 và 1840, khi phong trào "xóa dốt" được phát động với phong trào xây dựng trường học công cho cả nước (Gutek, 2004).

Sự hình thành trường công lập và hậu quả đối với môn đức dục

Horace Mann thuộc tiểu bang Massachussetts và Henry Bernard thuộc tiểu bang Connecticut được hậu thế đánh giá là hai nhà giáo dục tiên phong, là hai *lãnh tụ* về giáo dục của nước Mỹ mà ảnh hưởng còn để lại ngày hôm nay. Cả Mann và Bernard cùng chủ trương "chống dốt, chống những quyền lợi chính trị địa phương lặt vặt, chống những tập đoàn lợi ích đặc biệt, và phe nhóm trong tôn giáo" (Gutek, 2004, 149). Mann tin rằng khi sự giáo dục giúp cho những người bình dân có khả năng biết đọc, biết viết, biết tính toán và có kiến thức khoa học, thì giáo dục đã cho họ chiếc chìa khóa để tự giải phóng khỏi sự nghèo khó và tạo ra một sân chơi bằng phẳng hơn với giai cấp thượng lưu (Badolato, 2002). Tuy nhiên, giáo dục còn có một mục tiêu cao thượng hơn là chỉ dùng kiến thức để thủ đắc vật chất. Mann chân thành tin tưởng: "trách nhiệm đầu tiên của trường công lập là nâng cao và thăng hoa đạo đức. Xóa dốt và rèn luyện cho học sinh biết dùng trí phán đoán là phần quan trọng của giáo dục, nhưng vẫn còn là thứ yếu so với việc dạy dỗ những giá trị đúng đắn" (Eakin, 2000, 3).

Mặc dù Mann chủ trương phải dạy đạo đức cho học sinh trong trường công lập, nhưng ông không chủ trương kết hợp kiến thức đức dục với bất kỳ một giáo lý tôn giáo nào hết; thay vào đó, cũng giống như những nhà lãnh đạo cùng thời với ông, là chủ trương dạy kiến thức công dân (công dân giáo dục), nhằm củng cố nền dân chủ. Những kiến thức công dân gồm một tập hợp những giá trị đạo đức có tính chất thiết yếu cho việc xây dựng "tư cách" và "đức hạnh" công dân; những đức hạnh này dù không thuộc về bất kỳ một tôn giáo hay hệ phái tôn giáo nào, nhưng đều tương hợp với tất cả" (Eakin, 2000).

Quan điểm của Mann về đức dục phản ánh trào lưu tư tưởng thời bấy giờ là chủ trương phân cách tôn giáo và học đường.[3] Nếu trường học là trường tư hay thuộc về một tôn giáo nào đó, thì chương trình huấn luyện đức dục của trường đó là việc riêng tư của họ; họ muốn dạy gì thì dạy. Tuy nhiên, nếu đó là trường công, dùng công quỹ để điều hành, thì vấn đề đức dục trở nên phức tạp, vì hệ thống giá trị nào thuộc hệ phái tôn giáo nào sẽ được chọn để giảng dạy trong học đường?[4] Một trong những lý do dẫn đến sự tranh cãi về vấn đề này là những làn sóng di dân mới với nhiều gốc tôn giáo khác nhau ồ ạt đổ vào Mỹ. Sự chuyển tiếp từ hệ thống học đường chịu ảnh hưởng tôn giáo của thời thuộc địa sang hệ thống học đường thế tục và công lập xảy ra trong giai đoạn từ 1776 đến 1825 (Mulkey, 1997).

Dù vậy, trong giai đoạn này, trường công lập tại Mỹ vẫn tiếp tục dùng Kinh thánh để giảng dạy đạo đức và môn đức dục. Cho tới năm 1870, thì tôn giáo mới hoàn toàn bị tách rời khỏi học đường vì một phán

---

[3] Vấn đề này vẫn còn đang được tranh cãi và kéo dài cho tới ngày hôm nay.

[4] Theo thống kê hiện nay, có khoảng 217 hệ phái Tin Lành trên khắp nước Mỹ (thoát thai từ Thiên Chúa giáo) và trong số này có 24 hệ phái chính như Baptist, Pentecostal, Lutheran, v.v…Đó là chưa kể tới Công Giáo (Catholic) với tổng số giáo dân khoảng 68 triệu (năm 2011). (theo Hartford Institute for Religion Research: http://hirr.hartsem.edu/research/fastfacts/fast_facts.html#denom). Tổng số người Mỹ theo đạo Thiên Chúa ước chừng 245 triệu người: http://religions.pewforum.org/reports

quyết của tòa án. Những trường học của Công giáo không được nhận tài trợ từ chính quyền vì có lập luận cho rằng đó là những trường học thuộc về một tôn giáo.[5] Những người ủng hộ tài trợ của chính quyền cho trường học của Công giáo phản bác bằng lập luận là những trường công lập cũng là trường thuộc tôn giáo Tin Lành vì sử dụng Kinh thánh (của Tin Lành) trong giảng dạy đức dục. Nội vụ được đưa ra giải quyết tại tòa án và phán quyết của tòa Tối Cao tiểu bang Ohio, năm 1873, ủng hộ lập trường của Bộ Giáo dục là cấm không cho sử dụng Kinh thánh trong trường công lập nữa (Joselit, 2007).

Tuy nhiên, trước khi có quyết định của Tòa Tối Cao Ohio[6] (mặc dù đây chỉ là quyết định của tòa án tại một tiểu bang, ảnh hưởng của quyết định này đã lan sang các tiểu bang khác), kể từ năm 1836, William McGuffey, một mục sư và là một học giả, đã soạn thảo và ấn hành những Sách Tập đọc McGuffey, gồm những chuyện, tích về những danh nhân và cách cư xử của họ, để thay cho Kinh thánh trong việc dạy đức dục (Lickona, 1973). Sách này

---

[5] Những người di dân gốc Anh đầu tiên đến Mỹ, dù không tuyên xưng đạo Tin Lành (Protestant) là tôn giáo chính, nhưng mặc nhiên công nhận như vậy. Đạo Công giáo (Catholic) và những tôn giáo khác (dù cùng gốc Ki-tô giáo) vẫn bị coi là dị giáo.

[6] Phán quyết của toà Tối Cao Ohio tại Cincinati vào năm 1873 không cho phép việc sử dụng Kinh Thánh trong học đường nữa.

cũng tương tự như Luân Lý Giáo khoa thư tại Việt Nam năm 1920 nói đến gương của Mẫn Tử Khiên, Tích Quang, vân vân. Chương trình giáo dục công lập của Mỹ trong thời gian đầu gồm có tập đánh vần, đọc, viết, số học, địa lý, văn phạm, công dân, và cách trí. Sách Tập đọc McGuffey đã được sử dụng làm sách giáo khoa để dạy đọc, viết, văn phạm, và công dân cho chương trình tiểu học trong suốt 70 năm (Vail, 1911). Bộ sách tập đọc McGuffey gồm có tám cuốn: cuốn thứ nhất và nhì là vỡ lòng và vỡ lòng có hình ảnh minh họa, cuốn thứ ba là đánh vần, bốn cuốn từ tập đọc lớp một đến lớp bốn, và cuốn cuối cùng là sách hướng dẫn cho phụ huynh và thầy cô sử dụng Sách Tập đọc. McGuffey tuyển chọn rất công phu những bài đọc, bài thơ, bài học từ những tác giả cổ điển và từ những tác giả Mỹ; nhưng yếu tố quan trọng nhất khiến cho Sách Tập đọc McGuffey thành công là sự chọn lựa những nhân vật, tác giả, danh nhân không liên quan đến tôn giáo để dạy những bài học về luân lý và công dân. Điều này đã thỏa mãn được cả hai phe chủ trương tôn giáo và phi-tôn giáo trong học đường. Đặc điểm của Sách Tập đọc McGuffey được mô tả như sau: "Sách Tập đọc gồm những bài đọc đúng đắn, phù hợp, và không thể thiếu được trong việc dạy dỗ lòng yêu nước, ngay thẳng, thật thà, siêng năng, tiết độ, can đảm, lễ độ và những đức tính khác trong việc rèn luyện trí tuệ và đức hạnh" (Vail, 1911, 3).

Việc dạy đức dục qua Kinh Thánh, như được trình bày ở trên, đã phải rút lui vì sự phân cách giữa tôn giáo và học đường. Nhưng chương trình đức dục bị tấn công nặng nề nhất từ những tư tưởng và triết lý giáo dục du nhập từ Âu châu vào và ảnh hưởng đến nền giáo dục của Mỹ trong giai đoạn kế tiếp.

Tác động của những triết lý giáo dục trong chương trình giáo dục và đức dục tại Mỹ

Tất cả mọi hệ thống giáo dục đều được đặt trên căn bản của một nền triết lý nào đó, vì từ bản chất giáo dục là một hành trình đi tìm và hướng về những gì được xem là đúng, là tốt, là đẹp (một cái đẹp mà mọi người cùng công nhận), tức là hành trình hướng về chân, thiện, mỹ (Gutek, 2004). Hành trình này tương ứng với những ngành sau đây của triết học: siêu hình học, nhận thức luận, giá trị luận và luận lý học. Siêu hình học nhằm tìm xem cái gì là thật, là thực sự hiện hữu. Nhận thức luận nhằm trả lời câu hỏi làm thế nào mà ta biết là ta biết, và ta tiếp thu '*cái biết*' như thế nào? Giá trị luận nhằm trả lời câu hỏi thế nào là đẹp, thế nào là thiện ác, xấu tốt? Sau cùng là luận lý học, môn học giúp cho con người tư duy đúng đắn (Gutek, 2004). Nước Mỹ, từ bản chất, là một nước di dân, đa chủng, vì vậy nước Mỹ bao gồm đủ mọi loại văn hóa, tư tưởng của những người di dân. Hệ quả là nền triết lý giáo dục của Mỹ cũng chịu ảnh hưởng của những nền triết lý giáo dục khác nhau.

Phái triết học cổ xưa nhất và còn tồn tại đến bây giờ là triết phái *lý tưởng* (idealism). Ở phương Tây, Plato được xem là triết gia phát triển nền triết học này. Về phương diện siêu hình học, những người theo phái Lý tưởng quan niệm rằng "cái thực tại tối hậu, thật sự hiện hữu là khái niệm và ý tưởng tinh túy nằm trong lãnh vực tinh thần, phi-vật chất" (Gutek, 2004, 21). Từ đó suy ra, mục đích quan trọng nhất của giáo dục phải là sự rèn luyện và phát triển trí tuệ và tinh thần của học sinh. Những người theo phái Lý tưởng còn tin rằng tư tưởng và khái niệm đã có sẵn trong tâm trí của con người rồi, nhưng sự chấn động tạo ra bởi quá trình sinh sản đã giam hãm những tư tưởng tinh túy này vào trong phần thể xác và chôn vùi dưới tiềm thức của con người. Người thầy, do đó, nên dùng phương pháp vấn-đáp của Socrates để giúp cho học sinh đem những tư tưởng và chân lý này trở về phần ý thức của mình (Gutek, 2004). Còn về phần giá trị, cả về cái tốt lẫn cái đẹp, những người theo phái Lý tưởng tin rằng đó là những điều phổ quát, và vĩnh hằng.

Mặc dù Siêu hình học và Giá trị luận của triết phái Lý tưởng sau này bị các triết phái khác tấn công, phái Lý tưởng vẫn còn nhiều ảnh hưởng trên nền giáo dục của Mỹ trên phương diện hệ thống cấp bậc của giáo trình và rèn luyện tổng quát cho học sinh. Phái Lý tưởng cho rằng giá trị có một hệ thống theo thứ bậc từ thấp đến cao, và những "giá trị nào có quan hệ trực tiếp đến việc phát triển và xác định bản chất tinh thần và trí tuệ của con người thì được xếp hạng cao hơn những giá trị khác" (Gutek, 2004, 26). Về phương diện đức dục, người thầy chính là một gương sáng cho học sinh noi theo để trở thành người tốt và hướng tới chân lý (Gutek, 2004). Hơn thế nữa, phái Lý tưởng đóng một vai trò quan trọng trong đức dục trong thời thuộc địa vì nguồn gốc của chân lý phát xuất từ Thượng đế cũng còn được người Mỹ thuộc địa quan niệm là Thượng đế của Ki-tô giáo.

Sau ảnh hưởng của triết học Lý tưởng là triết phái *hiện thực* (realism). Triết phái hiện thực cũng là một trong những nền triết học quan trọng của phương Tây mà ta có thể truy nguyên về triết gia Aristotle của thời cổ Hy-lạp. Aristotle là học trò của Plato, nhưng quan niệm về triết học của Aristotle khác quan niệm của thầy rất xa. Tín điều trọng tâm của triết phái hiện thực là quan niệm cho rằng con người là một sinh vật có lý trí, và tín điều này được đặt trên những tiền đề sau:

> (a) ta sống trong một thế giới gồm có những vật thể, những người khác, và những hiện tượng nằm bên ngoài xác thân của nó; (b) ta có thể thu thập được những thông tin về thế giới bên ngoài này, thực ra ta còn có thể biết và hiểu được những điều này vận hành và quan hệ với nhau như thế nào; (c) những kiến thức đã được tổng quát hóa này, còn gọi là lý thuyết, về những vật thể, đối tượng bên

> ngoài, là bản đồ hướng dẫn tốt nhất cho những hành vi và cách cư xử của con người. (Gutek, 2004, 35)

Về phương diện siêu hình học, phái hiện thực cho rằng thế giới bên ngoài của chúng ta không phải chỉ có phần tinh thần như phái Lý tưởng quan niệm, mà thế giới này là một thế giới có "thực," gồm có cả vật chất và hình thể. Con người, nhờ vào lý tính và giác quan có thể "biết" được thế giới bên ngoài. "Cái biết của con người là kết quả của hai chức năng: giác quan cho ta biết về chất và sự trừu tượng, và khái niệm cho ta biết về hình thể" (Gutek, 38).[7]

Về phương diện giá trị luận, phái hiện thực và lý tưởng có điểm giống nhau nhưng cũng có điểm khác nhau then chốt. Thứ nhất, phái hiện thực quan niệm rằng, mặc dù con người không có ai giống ai, nhưng cùng có chung khả năng suy luận và sự tự do để chọn lựa những hành động theo suy nghĩ của họ. "*Ở mức độ tổng quát cao cấp nhất, có một hệ thống đạo đức chung dựa trên nhân tính của con người. Mức độ tổng quát này có tính phổ cập cho mọi người chứ*

---

[7] Theo John Locke, một ý tưởng tổng quát trừu tượng, như "cái cây," "cái xe," là một khái niệm "cây" hay "xe" mà ta "thấy" trong tâm trí, không còn những đặc tính nào khác như cây tre, cây táo, cây chanh, v.v…Những triết gia khác, như Schopenhauer, lý luận rằng khái niệm chỉ là sự trừu tượng hóa những gì người ta nhận thức.

không tùy theo hoàn cảnh hay tình huống mà thay đổi" (Gutek, 2004, 40). Tuy nhiên, phái hiện thực cũng chú trọng đến tính cách và vai trò của cá nhân, và mỗi cá nhân phải hành xử sự tự do chọn lựa và năng lực của lý trí của chính mình trong những vấn đề liên quan đến đạo đức, nhưng đồng thời cũng phải tôn trọng cách hành xử của những người khác (Gutek, 2004).

Harry S. Broudy, một trong những triết gia hàng đầu của phái hiện thực, lập luận rằng đức dục gồm có ba phần mà mỗi cá nhân phải thực hiện; đó là sự tự-quyết, tự-thể hiện, và tự-tích hợp. Sự tự-quyết có nghĩa là mỗi cá nhân phải chịu trách nhiệm và tự quyết định về việc hoạch định cho tương lai của mình, và qua đó có ảnh hưởng đến tương lai của những người khác; sự tự-thể hiện nghĩa là trách nhiệm của mỗi cá nhân trong việc thể hiện tiềm năng của chính mình; và sau cùng là sự tự-tích hợp, nghĩa là khả năng nhận định và tổng hợp những giá trị khác nhau, thậm chí xung đột với nhau, để quyết định xem giá trị nào sẽ là những giá trị chính hướng dẫn cho sự tự-thể hiện của mình. Thêm vào đó, phái hiện thực cũng nhấn mạnh đến vai trò của phụ huynh và thầy cô trong việc đào luyện đức dục cho học sinh (Gutek, 2004).

Theo sau hai triết phái cổ điển, có lẽ chủ nghĩa Thực dụng là một trong tất cả những nền triết lý có ảnh hưởng mạnh mẽ nhất đến xã hội về phương diện giáo dục và xây dựng dân chủ của Mỹ. Triết phái Thực dụng do các triết gia người Mỹ như Charles S. Peirce, William James, and John Dewey[8] hình thành vào đầu thế kỷ 20. Trọng điểm của triết phái thực dụng là ứng dụng vào thực tế những ý tưởng/kiến thức và đánh giá những kiến thức này qua kiểm tra thực nghiệm. Dewey, triết gia có nhiều ảnh hưởng nhất của triết phái thực dụng chủ trương "tri hành hợp nhất," nghĩa là "cái biết của con người có tương quan mật thiết và liên hệ đến sự thực hành cái biết này" (Gutek, 71). Triết phái thực dụng dựa trên ba tiền đề: (a) giá trị của ý tưởng phải được xác nhận qua thực nghiệm trong sinh hoạt thực sự của con người; (b) kinh nghiệm là kết quả của sự tương tác của con người với nhau và với môi trường chung quanh; và (c) những vấn nạn mới nảy sinh từ những sự tương tác này có thể được giải quyết bằng phương pháp khoa học, còn gọi là "phương thức tư duy toàn diện."[9] Ảnh hưởng lớn lao của triết phái thực dụng trong việc phát triển và sự tiến bộ của nền khoa học và kỹ thuật của Mỹ là điều mà ai cũng phải công nhận. Tuy nhiên, hệ luận của những tiền đề thực dụng

---

[8] John Dewey (1859-1952) là một trong số những triết gia, nhà giáo dục hàng đầu của Mỹ, người đã xướng xuất, phổ biến và áp dụng Triết phái Thực Dụng trong các ngành giáo dục, khoa học, và kỹ thuật của Mỹ.

[9] Xem thêm bài "Đạo đức và Luân lý Đông Tây" của Phan Chu Trinh phân biệt sự khác nhau giữa đạo đức và luân lý tại https://icevn.org/vi/DucDuc/Dao-Duc-Va-Luan-Ly-Dong-Tay

khi áp dụng vào môn đức dục lại tạo ra một ảnh hưởng khác; đó là quan niệm luân lý tương đối.[9] Những người thực dụng lý luận rằng những điều vẫn được coi là chân, thiện, và mỹ không phải là những gì bất biến và phổ quát cho mọi người, mà được xác định bởi chính kinh nghiệm tương tác của mỗi cá nhân với môi trường chung quanh. Quan niệm luân lý tương đối của phái thực dụng bị những người chủ trương là có những tiêu chuẩn phổ quát chung cho những hành vi đạo đức chỉ trích nặng nề. Thế nhưng, quan niệm luân lý tương đối đã "đẩy" môn đức dục thêm một bước ra khỏi chương trình đức dục trong học đường của Mỹ. John Dewey, vì được xem là "lãnh tụ" của phái thực dụng, nên cũng bị chỉ trích nặng nề về quan niệm luân lý tương đối là làm hư hỏng nền đức dục của Mỹ. Tuy nhiên, Dewey trong những tác phẩm về đạo đức cho thấy ông chú trọng đặc biệt đến việc rèn luyện đức dục, giá trị, và tư cách cho học sinh. Dewey khẳng định: "đức tính của trẻ em phải được phát triển và rèn luyện trong một môi trường xã hội, tự nhiên, và công bằng. Học đường nên tạo ra môi trường như vậy cho việc rèn luyện đức dục" (Mulkey, 36).

Chủ nghĩa Hiện Sinh trở thành một triết thuyết hấp dẫn dân Mỹ sau Đệ nhị Thế chiến. Điều này có lẽ là một phản ứng tất yếu trước sự trỗi dậy của vai trò thống trị thuần lợi nhuận của doanh nghiệp trong xã hội, và sau những đổ nát, hủy diệt nhân phẩm do chiến tranh thế giới tạo nên. Triết gia hàng đầu của phái Hiện sinh là Jean-Paul Sartre, cũng là một tiểu thuyết gia nổi tiếng của Pháp. Sartre tóm tắt những tín điều của triết phái hiện sinh như sau: "con người hoàn toàn không có một mục tiêu cố định hay đã có sự tự khẳng định nào về vai trò của mình trong thế giới khi bước chân vào cuộc đời. Những lựa chọn có tính chất then chốt trong cách sống như thế nào là những hành vi tạo nên bản chất và tự khẳng định mà cá nhân tạo nên cho mình trong xã hội" (Gutek, 2004, 88). Từ đó suy ra, sự hiện hữu của một cá nhân cũng giống như sự hiện hữu của những cá nhân khác, không tạo ra điều gì khác cho bất kỳ ai, ngoại trừ cho chính cá nhân đó.

Về phương diện giáo dục, phái hiện sinh quan niệm là có hai loại kiến thức. Loại thứ nhất là những kiến thức về thế giới vật chất tự nhiên, những kiến thức căn bản của đời sống; loại kiến thức này con người chỉ có thể chấp nhận và sử dụng trong cuộc sống của mình, chứ không làm khác hơn được. Loại thứ hai, đối với những người theo phái hiện sinh, thì lại quan trọng hơn nhiều và có tính cách chủ quan; nghĩa là "kiến thức về chính con người chúng ta trong tư cách một nhân vị sống trong một thế giới do chính ta quyết định chọn lựa" (Gutek, 91). Như thế, bổn phận đạo đức chính yếu của một cá nhân là quyết định và chịu trách nhiệm về việc kiến tạo những giá trị cho chính mình. Hệ luận của quan niệm này đã tạo một ảnh hưởng tai hại về phương diện đức dục, vì khi không có một hệ tiêu chuẩn khách quan nào làm chuẩn mực, thì mọi hành vi dựa trên sự chủ quan của cá nhân đều được coi là hành vi đạo đức. Phái hiện sinh, do đó, đã "đẩy" môn đức dục thêm một bước ra khỏi học đường.

Sau những ảnh hưởng của phái hiện sinh, có lẽ ảnh hưởng của phái *Phân Tích Ngôn ngữ* và *Luận Lý Thực chứng* là tai hại hơn cả cho ngành đức dục tại Mỹ. Phái phân tích đặt chân vào nước Mỹ trong thập niên 1960 và 1970, sau khi những triết gia hàng đầu về giáo dục ở Mỹ, Canada, và Australia chấp nhận triết phái này. Một trong những nguyên nhân phái phân tích được dung nạp và phát triển là phản ứng của những nhà giáo dục trước tình trạng sử dụng những thuật ngữ và ngôn ngữ mơ hồ vay mượn từ các ngành nhân chủng, xã hội, và tâm lý học và đem vào áp dụng trong ngành giáo dục. Phái phân tích quan niệm trong ngôn ngữ có ba loại mệnh đề, gồm có mệnh đề phân tích, tổng hợp và tình cảm. Hai loại mệnh đề phân tích và tổng hợp là những loại cần thiết cho việc diễn đạt tư tưởng có mạch lạc và nghĩa lý. Loại mệnh đề tình cảm là để diễn tả những tình cảm, cảm xúc, hay ý kiến về giá trị phải quấy, đẹp xấu, v.v… Do đó, những triết gia phái phân tích chủ trương phải tách biệt rõ ràng những loại ngôn ngữ dùng cho sự kiện và những loại ngôn ngữ dùng cho giá trị.

Về phương diện biện luận, phái phân tích đã có những đóng góp quan trọng đáng kể, khi vạch ra những từ ngữ mơ hồ dùng lẫn lộn trong học thuật; nhưng về phương diện đức dục, thì hậu quả lại tai hại vì theo phái này những khái niệm đạo đức đúng sai, phải quấy là những điều không thể chứng minh được mà tùy theo sự diễn dịch của cá nhân (Josephson, 2002). Nói như thế không có nghĩa những triết gia theo phái phân tích không đánh giá cao sự quan trọng của khái niệm về giá trị và hệ thống giá trị, nhưng điểm theo chốt, theo quan niệm của họ: *nhiệm vụ của triết gia không phải là để cố vấn cho thiên hạ nên sống như thế nào về phương diện đạo đức và luân lý* (phần in nghiêng để nhấn mạnh của người viết) (Gutek, 2004).

Triết phái sau cùng có ảnh hưởng sâu rộng đến môn đức dục tại Mỹ là phái Hậu-hiện đại. Phái Hậu-hiện đại có nguồn gốc từ hai triết gia người Đức là Nietzsche và Heidegger[10] từ cuối thế kỷ 19 sang giữa thế kỷ 20. Triết gia Hậu-hiện đại đương thời là hai triết gia tiêu biểu người Pháp: Jacques Derrida và Michel Foucault[11] Gutek, 2004). Phái Hậu-hiện đại

---

[10] Friedrich Nietzsche (1844-1900) chủ trương "Thượng Đế đã chết" và hư vô chủ nghĩa. Martin Heidegger (1898-1976) cũng đồng thời là một triết gia phái hiện sinh. Tác phẩm nổi tiếng của Heidegger là "Hiện hữu và Thời gian."

[11] Jacques Derrida (1930-2004) đề xướng ra *lý thuyết phê phán* (critical theory) và giải cấu (deconstruction); Michel Foucault (1926-1984) vận dụng lý thuyết phê phán trong môn xã hội và tâm lý học và trong những định chế xã hội như trại giam. Cả

cho rằng "thời kỳ hiện đại đã chấm dứt vào hậu bán thế kỷ 20 và chúng ta đang ở vào thời kỳ hậu-kỹ nghệ" (Gutek, 122). Triết gia Hậu-hiện đại phủ nhận nền triết học truyền thống dựa trên siêu hình học trên cơ sở sau: "những nhà trí thức trong một thời kỳ nào đó đều tìm cách biện minh và giải thích cho sự vận dụng kiến thức mang lại sức mạnh cho một thành phần trong xã hội, nhưng lại từ khước những thành phần khác" (Gutek, 130). Phái Hậu-hiện đại cũng phủ nhận luôn cả phương pháp khoa học của phái Thực dụng là chẳng đáng gọi là "khách quan" mà đã có sẵn mầm thiên vị cho những nhà trí thức được đào tạo trong môi trường sử dụng phương pháp đó.

Về phương diện đức dục và giá trị luận, phái Hậu-hiện đại chủ trương là có nhiều cách tiếp cận khác nhau, có tính chất tương đối theo điều kiện và hoàn cảnh chủ quan của từng cá nhân. "Những giá trị đạo đức-ý thức giữa cái đúng và sai-phản ánh điều kiện sống và cách thức con người đối phó với những hoàn cảnh này" (Gutek, 132). Nói một cách khác, phái Hậu-hiện đại không những chủ trương đạo đức tương đối mà còn đạo đức đa nguyên nữa. Và đó cũng là một lý do cộng thêm vào sự nhượng bộ cuối

---

hai triết gia này đều tuyên bố là họ chịu ảnh hưởng của Nietzsche.

cùng của môn đức dục trong chương trình giáo dục phổ thông tại Mỹ.

Vai trò của tổ chức xã hội dân sự trong phong trào đức dục tại Mỹ

Như đã trình bày, sự phân cách giữa chính trị, tôn giáo, và học đường là nguyên do chính khiến cho môn đức dục bị "gạt" ra khỏi chương trình giáo dục phổ thông. Sau đó là ảnh hưởng của những triết lý giáo dục khác nhau trong việc hình thành một nền triết lý giáo dục quốc gia. Hậu quả của những động thái này là tình trạng đáng báo động về suy đồi đạo đức trong học đường và ngoài xã hội tại Mỹ. Nếu đức dục không phải là trách nhiệm của học đường, thì thuộc trách nhiệm của ai? Người Mỹ quan niệm rằng vấn đề đức dục, đạo đức thuộc về phạm vi cá nhân, gia đình và tôn giáo. Nhưng cấu trúc gia đình của Mỹ cũng đang trên đà lung lay với con số gia đình chỉ có một phụ huynh ngày càng gia tăng và phải quay cuồng với đời sống nên chẳng còn thì giờ để chăm sóc đến con cái.[12] Tình trạng báo động này khiến một số nhà giáo dục, tổ chức xã hội thiện nguyện, đã phải họp lại tại Aspen, Colorado năm 1992 để tìm

---

[12] Thống kê năm 2004 cho thấy 36% trẻ em sinh ra là con có mẹ không có cha; 45% trẻ em sinh ra trong gia đình mẹ ly dị cha sống dưới mức hay ngang mức nghèo theo tiêu chuẩn liên bang; hơn một nửa số thanh thiếu niên bị bắt vì tội hình sự và 75% nghiện ngập xuất thân từ gia đình chỉ có một phụ huynh; và sau cùng 75% thiếu nữ không chồng mà có con xuất thân từ gia đình chỉ có một phụ huynh (nguồn: http://www.singleparentsuccess.org/stats.html)

cách đối phó. Kết quả là một phong trào Đức Dục, do những cá nhân và hội đoàn thiện nguyện cổ xúy, đã được phát triển tại Mỹ cho đến ngày nay. Phong trào Character Counts và sau này là tổ chức Character Counts trở thành một trong những tổ chức xã hội dân sự lập ra chương trình xiển dương và rèn luyện đức dục song song với chương trình giáo dục trong học đường và gia đình. Character Counts dùng "Sáu Đức Hạnh Trụ Cột" làm nền tảng cho chương trình giáo dục và huấn luyện đức hạnh cho trẻ em tại Mỹ. Sáu Đức Hạnh Trụ Cột gồm có: Tín (Trustworthiness), Trách Nhiệm (Responsibility), Tôn Trọng (Respect), Công Bình (Fairness), Nhân Ái (Caring), và Nghĩa vụ Công dân (Citizenship) (trong bài viết sau, tác giả sẽ đi sâu vào chi tiết và phân tích "Sáu Đức Hạnh Trụ Cột" trong đức dục).

Kết Luận

Môn đức dục trong hệ thống giáo dục công lập của Mỹ đã chịu nhiều thử thách từ khi nước này được thành lập. Trong ba thập niên vừa qua, đức dục đã phải thoái bộ và hoàn toàn bị đẩy ra khỏi chương trình giáo dục chính thức, vì những lý do chính trị phân cách tôn giáo và giáo dục và sự tranh cãi giữa khái niệm "cái tốt" vĩnh hằng và phổ cập của triết học cổ điển với khái niệm *đạo đức tương đối*, *đạo đức đa nguyên* của phái hiện sinh, hậu-hiện đại, v.v… Nếu ta không biết "cái tốt" là gì, thì ta không thể giảng dạy và phát huy "cái tốt," chứ đừng nói đến việc "làm tốt.” Tuy nhiên, có điều thú vị đáng ghi nhận là Sách Tập đọc McGuffey đã được sử dụng để dạy môn đức dục hơn 70 năm; chỉ vì cuốn sách này là một cuốn sách “thế tục” dùng những câu chuyện và danh nhân trong đời thường để làm gương về đức hạnh. Thực ra, tôn giáo nào cũng dạy con người làm điều tốt và sống ngay lành; cho nên Sách McGuffey đã tồn tại trong một thời gian dài gần 100 năm. Hơn nữa, bất kể nền văn minh nào cũng tôn trọng *tín, nghĩa, nhân, công bình.* Chẳng ai muốn làm việc, giao dịch với người bất tín, bất kể người đó theo tôn giáo nào hay thuộc sắc dân nào. Phong trào giảng dạy đức dục đang được phục hồi tại Mỹ vì xã hội Hoa Kỳ đang phải đối phó với rất nhiều thách thức như sự suy đồi của nền tảng gia đình, tình trạng thói hư tật xấu lan tràn trong giới trẻ. Công cuộc đào luyện đức hạnh cho giới trẻ không phải là công cuộc của riêng học đường hay tôn giáo mà phải là công cuộc chung của cả xã hội, trong đó những tổ chức xã hội dân sự có một vai trò hết sức quan trọng.

Tài liệu tham khảo

Badolato, Robert. (2002). The educational theory of horace mann. *New Foundation Publishing* [Electronic version]. Retrieved May 1, 2007, from http://www.newfoundations.com/GALLERY/Mann.html

Beachum, F., & McCray, C. (2005). Changes and Transformations in the Philosophy of Character

Education in the 20th Century. Retrieved from http://www.usca.edu/essays/vol142005/beachum.pdf

Eakin, Sybil. (2000). Giants of american education: Horace mann. *Technos Quarterly,* (Vol. 9, No. 2, pp. 1-3).

Gutek, Gerald L. (2004). *Philosophical and ideological voices in education.* Boston: Pearson.

Howard, Robert W., Berkowitz, Marvin W. & Schaeffer, Esther F. (2004).

Politics of character education. *Educational Policy,* (Vol. 18, No. 1, pp. 188-215).

Hunter, James D. (2000). *The death of character: Moral education in an age without good or evil.* New York: Basic Books.

Jeynes, William. (2003). *Religion, education, and academic success.* California: Information Age Publishing.

Joselit, J. W. (2007). Bible wars. *The Jewish Daily Forward.* Retrieved from http://forward.com/articles/9982/bible-wars/

Josephson, Michael. (2002). Character education is back in our public schools. *The State Education Standard* [National Association of State Boards of Education Electronic version]. Retrieved April 15, 2007, from http://www.nasbe.org/Standard/11_Autumn2002/Character.pdf

Korim, D., & Hanesova, D. (2010). The role of character education and its equivalent subjects in the school curriculum in Slovakia and selected European countries. *The New Educational Review, 21*(2), 1-326.

Lickona, Thomas. (1993). The return of character education. *Educational Leadership,* (Vol. 51. No. 3, pp. 6-11).

Lickona, Thomas. (1999). Religion and character education. *Phi Delta Kappan,* (Vol. 81. No. 1, pp. 21-28).

Mulkey, Young J. (1997). The history of character education. *JOPERD–The Journal of Physical Education, Recreation & Dance,* (Volume: 68. Issue: 9, pp. 35-38).

Nha Học Chính Đông Pháp. (1941). *Luân Lý Giáo Khoa Thư Lớp Sơ Đẳng.*

Postscript. (2011). Preventive diplomacy: No Asian century without the pan-asian institution. Retrieved from http://www.habibiecenter.or.id/download/PostScript%20May-Jun%202011.pdf

Ryoko Kato Tsuneyoshi. (2001). *The Japanese model of schooling: Comparisons with the United States.* Psychology Press: Routledge.

Swett, John. (1900). *American public school: history and pedagogics*. New York: American Book Co.

Thattai, Deeptha. (2001). A history of public education in the United States. *Association for Indina's Development E-journal*. Retrieved May 10, 2007, from http://www.servintfree.net/~aidmn-ejournal/publications/2001-11/PublicEducationInTheUnitedStates.html

Vail, Henry H. (1911). *A history of the McGuffey Readers.* Cleveland: The Burrows Brothers Co.

ĐỨC DỤC: RÈN NHÂN CÁCH

Sáu Cột trụ của Nhân cách

To educate a person in the mind but not in morals is to create a menace to society

Theodore Roosevelt

Nhập đề

Đức dục hầu như được các nước giảng dạy từ tiểu học.[1] Các em học sinh tiểu học được dạy bảo phải lễ phép, thành thật, thương người, hiếu đễ, vân vân. Tuy vậy, nước Mỹ lại không dạy đức dục cho con em của họ tại học đường (xem bài *Tại sao nước Mỹ không dạy đức dục* trong tuyển tập này). Và hậu quả là đạo đức xã hội đi xuống khiến cho một số nhà đạo đức, giáo dục của Mỹ đã phải nhóm lại tại Aspen, Colorado năm 1992 hầu đề nghị một chương trình giáo dục "đức tính" (character education) cho giới trẻ tại Mỹ. Kết quả của hội nghị này là sự ra đời của tổ chức Character Counts, một liên minh gồm 17 tổ chức giáo dục chú trọng vào giới trẻ tại Mỹ. Thành

---

[1] Tại Việt Nam, từ thời Pháp thuộc, đức dục đã được dạy cho học sinh tiểu học. Sách giáo khoa dạy đức dục là bộ Luân lý Giáo khoa Thư do các soạn giả, nhà giáo Trần Trọng Kim, Nguyễn Văn Ngọc, Đặng Đình Phúc, và Đỗ Thận biên soạn trong thập niên 1920. Sau khi Việt Nam bị chia cắt, chương trình đức dục được đưa vào chương trình giáo dục của Việt Nam Cộng Hoà. Miền Bắc XHCN hoàn toàn không có chương trình đức dục từ năm 1946 cho đến 1975. Hiện nay tại Việt Nam đức dục cũng không được đưa vào chương trình giáo dục phổ thông.

quả của Character Counts là một hệ thống giá trị đạo đức gọi là Sáu Cột trụ của Nhân cách (Six Pillars of Character). Trước khi bàn về Sáu Đức tính, cũng cần ghi nhận là nước Mỹ và đa số người Mỹ quan niệm đức dục không phải là trách nhiệm củanhà trường, mà thuộc về gia đình và nhà thờ. Học đường tại nhiều tiểu bang của Mỹ vẫn chưa đưa đức dục vào chương trình giáo dục chính thức.[1]

Sáu Cột trụ của Nhân cách

Trusworthiness (Khả Tín)

Chữ Tín, viết theo chữ Hán là 信, gồm bộ nhân (người) bên trái, và chữ ngôn (lời nói) bên phải, có nghĩa là tin tưởng. Xét trên ngữ căn, nhờ vào lời nói giữa người và người mà quan hệ, giao dịch được thành lập, dựa trên những *cam kết* bằng lời nói mà thành. Vì thế có thể nói Đức tín có lẽ là đức tính căn bản nhất trong những đức tính mà ta cần phát triển.

Hãy tưởng tượng một xã hội mà không ai tin được ai, thì chuyện gì sẽ xảy ra? Ví dụ khi ta đi mua xăng đổ xe, ta phải mang theo dụng cụ để đo hầu tránh bị thiệt vì sự gian dối có thể có của người bán. Người bán cũng vậy, không tin được cái “lít” của người mua. Và thế là giao dịch bất thành. Mọi giao dịch và quan hệ giữa người và người bị đình trệ. Hậu

---

[1] Michael S. Pritchard, Families, Schools and the Moral Education of Children, 69 Denv. U. L. Rev. 687 (1992).

quả của sự thiếu tin tưởng là tình trạng nghi kỵ thường trực trong mọi mối quan hệ của loài người.

Trong xã hội hiện đại, điểm tín dụng (credit rating) là một thí dụ hoàn hảo cho thấy sự quan trọng của chữ tín. Điểm tín dụng được hình thành qua một thời gian dài để chứng minh với những cơ quan tài chính. Chữ tín cũng vậy, cần một thời gian dài để chứng minh. Làm thế nào để tạo dựng đức tín? Để tạo "credit," mỗi người phải cố gắng giữ lời hứa, phải trước sau như một, dù hoàn cảnh ngày nay đã khác với khi giao ước.

Respect (Tôn Trọng)

Đức tính thứ hai là *Respect* tức là tôn trọng.Trong tiếng Việt, tôn trọng củng có cùng nghĩa với chữ Lễ trong Ngũ Thường.

Tôn trọng còn có nghĩa là kính trọng. Nghĩa là kính trọng những người ở "trên" ta, những bậc trưởng thượng của ta hay cấp trên; tuy nhiên kính trọng không có nghĩa là khúm núm. Còn đôi với người dưới thì thân ái, hoà nhã nhưng không chớt nhả, bỡn cợt, coi thường. Nói chung, trong giao tế, tôn trọng là cách cư xử lịch sự, nhã nhặn đối với mọi người thân cũng như sơ.

Tôn trọng không chỉ hạn chế trong giao tế xã hội. Chúng ta còn phải tôn trọng của công: đường xá, các công trình công cộng. Của công, cần nhớ, không phải là "Của chùa." Tài sản công không những là tài sản chung, mà còn là tài sản của riêng chính ta, vì ta cũng đã góp phần tạo ra nó. Xa hơn nữa là tôn trọng môi trường thiên nhiên mà ta đang sống. Những hành vi xả thải ra thiên nhiên đang làm ô nhiễm môi trường. Thái Bình Dương được gọi là bãi rác vĩ đại. Thống kê năm 2021 cho biết đã có 5.24 ngàn tỷ miếng nhựa (plastic) thải ra biển, 260 ngàn tấn rác trôi nổi trên biển. Chỉ nói riêng về plastic, hàng năm có 8.3 triệu tấn được thải ra biển.[1]

Cuối cùng, còn một sự tôn trọng vô cùng quan trọng; đó là *tự trọng*. Tự trọng tức là tôn trọng chính mình. Một người tự trọng sẽ không làm những gì có hại đến thanh danh của cá nhân hay dòng họ của mình. Hơn thế nữa, người tự trọng sẽ tiết chế để không mắc phải những thói xấu như nghiện hút, cờ bạc, hay trác táng.

Responsibility (Trách nhiệm)

Sống trong xã hội, mỗi người chúng ta có một số những điều mà ta *phải làm*; những điều ấy được gọi là "bổn phận." Bổn phận của cha mẹ là nuôi dạy con cái, nào là bắt chúng ăn uống đầy đủ và điều độ, làm homework, đánh răng trước khi đi ngủ, dạy chúng cách cư xử lễ độ, hoà nhã, v.v… Bổn phận của thầy cô là truyền đạt kiến thức và mở mang tâm trí và dạy làm người. Ngoài bổn phận với gia đình, ta còn có

---

[1] Marine & Ocean Pollution. https://www.condorferries.co.uk/marine-ocean-pollution-statistics-facts#:~:text=There%20are%205.25%20trillion%20pieces,discarded%20in%20the%20sea%20yearly.

bổn phận đối với xã hội. Chu toàn những bổn phận này được coi là có trách nhiệm.

Nói đến trách nhiệm là nói đến trách nhiệm với ai đó hay với điều gì đó. Nhưng còn một loại trách nhiệm nữa là trách nhiệm đối với bản thân. Chính ta phải có trách nhiệm với cuộc đời của mình, cả thành công cũng như thất bại, không đổ lỗi cho hoàn cảnh hay người khác. Ngoài ra, có một điều cũng có vẻ mâu thuẫn. Đó là không những ta phải chịu trách nhiệm với những gì chúng ta làm, mà cả với những gì không làm. Tại sao ta lại phải chịu trách nhiệm với những gì ta không làm? Giả sử sau giờ tan sở, bạn ra về và thấy cửa nhà kho không khoá. Người thủ kho đã quên khoá cửa. Nếu bạn nghĩ rằng đó không phải là "việc của mình" và cũng thơ thới ra về, và nhỡ đêm đó có trộm viếng! Bạn cũng có trách nhiệm cho sự mất mát này.

Fairness (Công bằng)

Đức tính công bằng này không có trong Ngũ thường, nhưng là một trong bốn đức tính chủ yếu của văn hoá Tây phương.[1] Chúng ta sẽ không bàn về công bằng như Socrates đã làm trong đối thoại Cộng hoà. Công bằng, nói một cách đơn giản là "chơi đúng luật" (play by the rules). Luật lệ một khi đã được đặt ra và mọi người đồng ý, thì mọi người phải tuân theo. Phạm luật sẽ bị chế tài. Ta thường thấy trong thể thao, trọng tài thường phát thẻ vàng, thể đỏ cho

[1] Bốn đức tính chủ yếu (Four Cardinal Virtues)–Prudence (cẩn trọng, khôn ngoan); Justice (Công bằng); Fortitude (Dũng cảm); và Temperance (Tiết độ).

những cầu thủ vi luật. Trong sinh hoạt hàng ngày, công bằng được thể hiện qua sự xếp hàng chờ đến phiên mình. Công bằng còn có nghĩa là không nhận vơ về mình thành quả mà minh không làm, nhất là về phương diện trí tuệ (đạo văn). Nói một cách khác, "Điều gì của Caesar hãy trả lại cho Caesar."

Caring (Tử tế, Nhân ái)

Rousseau viết trong *Khảo luận về Sự Bất bình đẳng của Con người:* Con người bị chi phối bởi hai bản năng: tự tồn (self-preservation) và thương xót đồng loại khi gặp hoạn nạn. Chính nhờ bản năng này mà loài người tồn tại được cho đến ngày nay. Hành động đơn giản nhất của caring là thể hiện sự quan tâm qua sự hỏi han ân cần. Tục ngữ Nhật Bản có câu: "Một lời tử tế có thể sưởi ấm cả ba mùa đông." Thể hiện lòng biết ơn cũng là cách thức thể hiện long nhân ái. Và sau cùng là giúp đỡ người hoạn nạn. Lòng nhân ái chỉ là lời nói suông, nếu không được thể hiện bằng hành động chân thành một cách cụ thể.

Citizenship (đức tính công dân)

Đức tính công dân là một khái niệm "hiện đại" vì trong xã hội cổ thời, đông cũng như tây, không có khái niệm công dân mà chỉ có thần dân. Trong xã hội hiện đại, nếu chỉ rèn luyện đức tính để trở thành một người "tốt," thì liệu đã đủ chưa? Một người dân tốt còn phải trở thành ột công dân tốt. Thế nào là một công dân tốt? Một cách đơn giản nhất là tham dự vào những sinh hoạt công, đóng góp những quan điểm và công sức vào việc công trên các lãnh vực chính trị, xã hội, giáo dục, và xã hội dân sự. Đức tính này được rèn luyện cho học sinh từ tấm bé, cho các em quen với các hoạt động công như tham gia các hội đoàn học sinh, tham gia ứng cử/bầu cử, tham gia các công việc thiện nguyện, v.v…

Ta sinh vào cuộc đời, có thể được ví, như Pascal đã nói "xuống thuyền" (embarqué) rồi, dù muốn hay không muốn. Nếu ta không quan tâm, mặc kệ ai đó muốn lèo lái con thuyền như thế nào, thì ta cũng phải chịu trách nhiệm, nếu tai nạn xảy đến cho con thuyền.

Trước khi kết luận, tôi muốn giới thiệu với bạn đọc một hệ thống giá trị và đức tính khác. Đó là các giá trị G.R.A.C.E. GRACE là một tập hợp các giá trị mà tổ chức New Moon Foundation xiển dương từ năm 2000, gồm có **G**ratitude (lòng biết ơn), **R**espect (Tôn trong), **A**ccountability (Trách nhiệm), **C**ourage (lòng can đảm), và **E**ngagement (dấn thân, nối kết). Những giá trị này đã được Tiến sĩ Nguyễn Phúc Anh Lan xây dựng và phát triển thành những khoá huấn luyện và khoá họclãnh đạo và phát triển bản thân từ năm 2010, dựa trên nguyên lý của thông minh cảm xúc (emotional intelligence) và lãnh đạo bản thân (self-leadership). Các bạn có thể tìm hiểu thêm về GRACE qua cuốn sách Living IN GRACE, tác giả Dr. Anhlan Nguyen, trên Amazon.com.

Kết luận

Sáu Đức tính Trụ cột được tổ chức Character Counts thiết lập và phát triển nhằm đáp ứng nhu cầu thiếu hụt về đức dục tại học đường của nước Mỹ. Sáu đức tính này gồm có: khả tín, tôn trọng, trách nhiệm, công bằng, nhân ái, và đức tính công dân. Những đức tính này không mang màu sắc tôn giáo, nhưng là những giá trị có tính phổ cập mà xã hội nào cũng chấp nhận, vì xã hội nào cũng muốn có những công dân khả tín, có tinh thần trách nhiệm, hành xử công bằng và nhân ái. Tuy vậy, các trường học ở Mỹ vẫn còn lưỡng lự, chưa hoàn toàn đồng ý đưa đức dục trở thành môn học chính thức trong học đường.

www.ingramcontent.com/pod-product-compliance
Lightning Source LLC
LaVergne TN
LVHW101941220826
846093LV00006B/83

* 9 7 8 1 0 8 8 2 5 9 3 8 2 *